மன்னவன் வருவானேனோ?

செல்வராணி செல்வம்

ISBN 979-888521821-4

பொருளடக்கம்

1

நேரம் கடந்து கொண்டிருந்ததால் கோவிலில் இருந்த கூட்டமும் கொஞ்-சம் கொஞ்சமாக குறையத் தொடங்கியிருந்தது.

சாமி தரிசனத்தை முடித்து விட்டு செல்லும் ஒவ்வொருவரும் அங்கே ஒரு ஓரத்தில் மரத்தடியில் மணமகள் கோலத்தில் நின்ற சீதாவை கேள்-வியோடும் சந்தேகத்தோடும் பார்த்துவிட்டே சென்றனர்.

அவர்கள் பார்வையை அவள் உணர்ந்தாலும் அதை பொருட்படுத்-தாது கோவில் வாசலையே பார்த்துக் கொண்டு நின்றாள்.

அவள் மனதில் பயம் பதற்றம் என கூடியிருந்தாலும் தன் மன்னவன் வருவான் என்ற நம்பிக்கையில் வாசலையே எதிர்நோக்கி காத்திருந்தாள்.

ஆனால், அவளுக்கு அருகில் நின்றவனோ பொறுமையிழந்து, "அவன் வருவான்னு நம்பிக்கிட்டு இருக்கிறது முட்டாள்தனம் சீதா. இப்-பவும் ஒன்னும் கெட்டு போகல, நீ சம்மதிச்சா உன்னை ஒரு பாதுகாப்-பான இடத்துல கொண்டு போய் விடுறேன்..." என்றான் சந்திரன்.

அவனை விரக்தியோடு பார்த்தவள் எதுவும் பேசாது மீண்டும் பார்-வையை வாசலில் பதிக்க அவனோ கோபத்தோடு நின்றான்.

தன் உயிரை பணயம் வைத்து அவள் எதற்காக இப்படி ஒருத்தனுக்-காக காத்திருக்கிறாள் என்ற கோபம் அவனுக்கு.

அதுவும் ஒருமுறை மட்டுமே பார்த்தவனை நம்பி இப்படி வந்து கல்யாண கோலத்தில் மற்றவர்களுக்கு காட்சிப் பொருளாக நிற்கிறாளே என்ற ஆதங்கமும் அவனை ஆக்கிரமித்திருக்க அவளிடம் பேசி புரிய வைக்க முயன்று தோற்றுப் போனான்.

எந்த நேரத்திலும் இவளை ஆபத்து சூழ்ந்துக் கொள்ளலாமே என்று அஞ்சியவன் போனை எடுத்து யாருக்கோ தொடர்புக் கொண்டு ஏதோ

பேசிவிட்டு போனை சீதாவிடம் நீட்ட,

அவள் அவனை கண்டு கொள்ளாது நிற்கவும், "சுலோக்ஷனா பேசுறா, பேசு..." என்றதும் திரும்பி போனை வாங்கியவள் காதில் வைக்க,

"ஏன் சீதா புரிஞ்சிக்க மாட்டன்ற? அவன் வர்றதுனா எப்வோ வந்-துருக்க மாட்டானா? இன்னமும் அவனையே நம்பிக்கிட்டு இருக்கிறதுல எந்த பிரயோஜனமும் இல்லை..." என்றதும்,

அப்பொழுதும் சீதா எதுவும் பேசாமல் நிற்க சுலோக்ஷனாவே தொடர்ந்தாள்.

"நீ ஹாஸ்பிடல்ல இருந்து தப்பிச்சிட்டனு தெரிஞ்சு உன்னை தேடி ஆள் அனுப்பியிருக்காங்க. நீ அவங்ககிட்ட மாட்டிக்காத. எப்படியாவது அங்க இருந்து போய்டு சீதா..." என்றவளின் குரலில் சீதாவிற்கு ஏதே-னும் ஆகிவிடுமோ என்ற பதற்றமே சூழ்ந்திருக்க,

அதை உணர்ந்த சீதா, "எனக்கு எதுவும் ஆகாதுக்கா, ரகு வந்துடு-வாரு..." என்றாள் நம்பிக்கையோடு.

அவளின் நம்பிக்கையை எண்ணி வேதனை கொண்டவளோ, "அவன் வர்றதுக்குள்ள இவனுங்க உன்னை கண்டுபிடிச்சிட்டா ரொம்ப கஷ்டம்டி. அதை ஏன் புரிஞ்சிக்க மாட்டன்ற?" என பரிதவித்தவள்,

"அப்படி என்னடி உனக்கு அவன் மேல நம்பிக்கை? அவன் பேரை தவிர உனக்கு அவனை பத்தி வேற என்ன தெரியும்?

அந்த பேரு கூட பொய்யா இருக்கலாம்.

இங்கே வர எவனும் உத்தமனுங்க கிடையாது. அப்படியிருக்கும் போது அவன் உண்மைய தான் சொல்வான்னு என்ன உத்திரவாதம்?" என கோபமாக கேட்டவள்,

"இந்த நரகத்துல இருந்து தப்பிக்கிறதே பெரிய விஷயம். அதையும் மீறி நீ தப்பிச்சி போயிருக்க. இப்போ திரும்பவும் இவனுங்ககிட்ட மாட்-டுனினா உன் நிலைமை என்னன்னு கொஞ்சமாது யோசிச்சு பாரு..." என்றாள் தவிப்போடு.

சீதா அமைதியாக இருக்க, "சந்திரன் கூட போ சீதா. இங்கிருந்து ரொம்ப தூரம் போய்டு. உனக்குன்னு ஒரு வாழ்க்கையை அமைச்-சிக்கோ..." என்றதும்,

சீதா எதுவும் பேசாது போனை சந்திரனிடம் கொடுத்துவிட்டு மீண்டும் வாசலைப் பார்த்தப்படி நிற்க,

சுலோக்ஷனா சந்திரனிடம், "நீங்க அவளை கூட்டிட்டு போங்க சந்திரன், அங்க இருக்கிற ஒவ்வொரு நொடியும் ஆபத்து தான்…" என்றதும்,

"நான் சொன்னா கேட்டா தான்…" என அவன் எரிந்து விழ,

"கோபப்படாதிங்க சந்திரன், அவளை குறை சொல்லி என்ன பண்றது? ஒரே நாள்ல அவ மனசுல ஆழமா நம்பிக்கையை பதிச்சிட்டு போயிருக்கான் அவன்.

அவளை மாதிரி நாமலும் அலட்சியமா இருந்தா கடைசியில அவளோட உயிருக்கே ஆபத்து ஆகிடலாம்…" என்று நிலையையச் சொல்ல சந்திரனுக்கும் அது புரிந்தது.

போனை வைத்தவன் சீதாவைப் பார்த்தான்.

மணக்கோலத்தில் இருந்தவளின் முகத்தில் மருந்துக்கும் சந்தோஷம் இல்லை. மாறாக வேதனையும் வலியும் மட்டுமே சூழ்ந்திருந்தது.

நேற்றிரவு அவள் அனுபவித்த கொடுமைகள் அவள் தேகத்தில் வடுக்களாய் தெரிய அது அவன் மனதையும் வேதனைக்குள்ளாக்கியது.

கையிலும் முகத்திலும் மட்டும் இத்தனை வடுக்கள் என்றால் அவள் தேகம் முழுவதும் எத்தகைய வடுக்களையும் வலிகளையும் சுமந்திருக்கும் என்பதை அவனால் நினைத்துக் கூட பார்க்க முடியவில்லை.

அதிலும் நேற்று அவள் வாங்கிய அடியில் கையே உடைந்திருக்கும் நிலையில் அல்லவா உள்ளது என அவளது கட்டுப்போட்ட கரத்தைக் கண்டு கலங்கினான்.

பார்க்கும் தனக்கே இப்படி வலிக்கிறது என்றால் அவ்வலிகளை அனுபவிப்பவளின் நிலை?

இதற்கு முன்பு சந்திரன் அவளிடம் பேசியது கூட இல்லை. சுலோக்ஷனாவின் மூலம் தான் அவனுக்கு அறிமுகம்.

அதுவும் நேற்றிரவு அவசர அவசரமாக போன் செய்து அவனிடம் சீதாவிற்கு உதவி புரிய சொல்லி கேட்டிருந்தாள்.

அவனும் மறுக்க மனம் வராது சம்மதித்துவிட்டான்.

சீதாவின் நிலையறிந்து அவளுக்கு உதவிபுரிய வந்தவனோ இப்பொழுது சீதாவின் பிடிவாதத்தால் கோபத்துடன் இருக்கிறான்.

விரும்புபவன் மீது நம்பிக்கை வைக்கலாம் அதற்காக இப்படியா? என்ற ஆத்திரம் தான் மேலோங்கியிருந்தது.

இவளின் நம்பிக்கைக்கு தகுதியானவனா அவன்? என்ற சந்தேகத்தோடு வெறுப்பும் எழுந்தது.

அவளுக்கு பொறுமையாக எடுத்துச் சொல்லி புரிய வைக்கும் பக்குவமும் அவனிடம் இல்லை.

அதை காதுக் கொடுத்து கேட்கும் நிலையிலும் அவள் இல்லை என்பதை அறிந்தவன், தான் தான் ஏதேனும் செய்ய வேண்டும் என்று தீர்மானித்தான்.

ஆனால், மற்றவர்களுக்கு இருக்கும் சந்தேகமோ சீதாவிற்கு சுத்தமாக இல்லை.

அவள் அறிவாள் அவளின் ரகு நிச்சயம் ஏமாத்தாது அவளிடம் வருவான். அவளை இந்த இன்னலில் இருந்து காப்பாற்றுவான்.

ஆனால், நேரம் கடந்ததே தவிர ரகு வரவில்லை.

நேரம் கடக்க கடக்க அவள் மனதில் பயம் சூழ்ந்தது. ரகுவிற்கு ஏதேனும் நேர்ந்திருக்குமோ என கலங்கினாள்.

அந்த நேரம் அவளை நோக்கி வந்த கோவில் பூசாரி, "நேரம் ஆச்சு கிளம்புங்க, கோவில பூட்டணும்…" என்றதும் பதறினாள்.

இங்கிருந்து சென்றுவிட்டால் ரகு தன்னை எங்கே வந்து கண்டுபிடிப்பான் என பதற்றம் சூழவும் செய்வதறியாது நின்றாள்.

ரகுவின் எண்ணிற்கு பலமுறை அழைத்து பார்த்துவிட்டாள். ஆனால், நேற்றிலிருந்து அது அணைத்து வைக்கப்பட்டிருந்தது.

இப்பொழுது இங்கிருந்து சென்றால் அவனுக்கு எப்படி தெரியும் என்ற பதற்றம் மட்டுமே சூழ்ந்திருந்ததே ஒழிய அவன் வரமாட்டானோ என்ற பயம் சூழவில்லை.

ஆனால், அதை உணர்ந்த சந்திரனோ தன் பொறுமையை கைவிட்டான்.

கோவில் பூசாரி மீண்டும் வலியுறுத்த 'சீதா' என்ற குரலில் திரும்பிப் பார்த்த அடுத்த நொடி அவள் கழுத்தில் மஞ்சள் கயிறு ஏறவும் அதை கட்டியவனைக் கண்டவள் உறைந்து மயங்கி விழ அவளை கீழே விழாமல் தாங்கிக் கொண்டான் அவன்.

பத்து நாட்களுக்கு முன்பு...

அந்த சிறிய அறையில் இருந்த ஒரு பழைய படுக்கையின் ஓரம் ஒடுங்கி அமர்ந்திருந்த சீதாவைக் கண்டு சுலோக்ஷனாவிற்கு பரிதாபமாக இருந்தது.

அவளும் அங்க வந்த புதிதில் அப்படி தானே இருந்தாள். இப்பொழுது பழகிப் போனதால் அவள் பயமும் தூர சென்றிருந்தது.

சீதா இங்க வந்த நிமிடத்திலிருந்து தன் வாழ்க்கையை வெறுத்து மரணத்தை எதிர்பார்த்து காத்திருக்கிறாள்.

தன்னை சுற்றிலும் பெண்கள் கூட்டம் சூழ்ந்திருக்க அந்த பெண்களைச் சுற்றி ஆண்கள் சிலரும் இருந்தனர் பாதுகாப்பிற்காக.

ஆனால், அவர்களின் பாதுகாப்பு பெண்களின் பெண்மைக்கானது அல்ல.

அங்கு வரும் காமுகர்களுக்கு.

பெண்களை வைத்து பாலியல் தொழில் நடத்தும் இடம் அது. சட்டத்திற்கு புறம்பாகத் தான் அங்கு நடத்துகிறார்கள் என்றாலும் அவர்களை எதிர்த்துக் கேட்க அந்த ஊர் மக்களுக்கும் தைரியம் இல்லை அந்த ஊர் காவல் அதிகாரிகளுக்கும் தைரியம் இல்லை.

அப்படிப்பட்ட இடத்திற்கு அன்று காலையில் தான் சீதா வந்திருந்தாள். இங்கு வரும் வரை அவளும் அறியவில்லையே. ஆனால், அறிந்த பின்போ தன்னை காத்துக்கொள்ள கூட முடியாது என்பது புரிந்து விட கண்ணீரிலே கரைந்தாள்.

அவள் வேதனையை புரிந்து சுலோக்ஷனா அவளிடம் பேசத் தொடங்கினாள்.

"உன் பேரென்ன?"

"சீதா..."

நடுங்கியக் குரலில் சொன்னவளைக் கண்டு சுலோக்ஷனா விரக்தியாக புன்னகைத்தாள்.

'பெயருக்கும் இருக்கும் இடத்திற்கும் கொஞ்சமும் சம்மந்தமில்லையே.'

"இங்கே பயந்தா வேலைக்காகாது. இந்த இடத்துக்கு ஏத்த மாதிரி உன்னை நீயே மாத்திக்கோ..." என்றவளை அச்சத்தோடு பார்த்தாள் அவள்.

அவளின் அச்சம் சுலோக்ஷனாவை ஏதோ செய்ய அவளருகில் சென்று அமர்ந்தவள் சீதாவைப் பற்றி விசாரித்தாள்.

அவளும் சொல்ல அதை கேட்ட சுலோக்ஷனாவிற்கும் வேதனையாகத் தான் இருந்தது.

வலி நிறைந்த ஒரு புன்னகையை உதிர்த்தவள் தன்னைப் பற்றியும் சொன்னாள். அத்தோடு,

"இங்கே இருக்க எல்லாருக்கும் இந்த மாதிரி ஒரு கதை இருக்கும் சீதா. யாருமே விருப்பப்பட்டு இங்கே வர்றதில்லை, எல்லாருக்கும் அவங்க அவங்க சூழ்நிலைகள் தான் காரணம்..." என்றதும்,

"என்னால முடியாதுக்கா. இங்கே இருக்கவே அருவெறுப்பா இருக்கு. இதுக்கு நான் செத்துடலாம்..." என்று கதறி அழுதவளைத் தேற்ற முடியாமல் பார்த்தாள் சுலோக்ஷனா.

"வேற வழியில்லையே சீதா..."

"எனக்கு ஒரு ஹெல்ப் பண்றீங்களா அக்கா?" தவிப்போடு அவள் கேட்க,

'தன்னால் என்ன செய்ய இயலும்?' என தவித்தாலும் 'என்ன' என்று கேட்க,

"என்னை கொன்னுடுங்கக்கா..." என்றாள் மற்றவள்.

"சீதா..." என அதிர,

"நிஜமா தான்கா சொல்றேன். என்னை கொன்னுடுங்க. எனக்கு தற்கொலை பண்ணிக்கிற தைரியம் கூட இல்லை..." என்றவளை அணைத்துக் கொண்டவள் தானும் கலங்கிப் போனாள்.

எந்த பெண்ணுமே தன் பெண்மை களவு போவதை விரும்பமாட்-டாளே. அப்படியிருக்க சீதா மட்டும் விதிவிலக்கா என்ன?

பெண்மையை இழப்பதற்கு உயிரையே இழந்து விடலாம் என்ற எண்ணத்திற்கு வந்துவிட்டாள்.

சீதாவைப் பார்த்தே அரை மணி நேரம் தான் இருக்கும். எனினும் ஏனோ அவள் மீது ஒரு பரிவு வந்திருந்தது சுலோக்ஷனாவிற்கு.

சீதாவின் மனநிலையை சிறிது நேரத்திலே புரிந்துக் கொண்டவள் அவளுக்கு ஏதாவது ஒரு வகையில் உதவி செய்ய எண்ணினாள்.

ஆனால், அவளால் நினைக்க மட்டும் தானே முடியும்.

வேறென்ன செய்ய முடியும்?

இரு பெண்களின் தவிப்பைப் புரிந்துக் கொண்ட இயற்கையே அவர்களுக்கு உதவி செய்ய வந்தது.

ஏழு நாட்கள் கடந்திருக்க அன்றிரவு அங்கிருந்த பெண்கள் அனைவரும் வரிசையாக நிற்க வைத்திருக்க அவர்களோடு ஒருத்தியாக சீதாவும் நின்றாள்.

மனமோ பதற்றத்தில் நிறைந்திருக்க, நிற்கக் கூட திராணியின்றி சுவற்றைப் பிடித்தப்படி நின்றவள் எதிரே இருந்த இருக்கையில் வீற்றிருந்தவனை எதிர்கொள்ள முடியாமல் தவித்தாள்.

அங்கே இருக்கையில் அமர்ந்திருந்தவனோ தன் முன்னால் நிற்கும் பெண்களை பார்வையாலே அளவெடுத்துக் கொண்டிருந்தான்.

ரெகுலர் கஸ்டமர் என்றால் வந்ததுமே தனக்கு வேண்டிய பெண்ணின் பெயரைச் சொல்லி அவள் அறைக்குச் சென்றுவிடுவார்கள்.

இது போன்று புதிதாக வருபவர்கள் முன்பு அங்கிருக்கும் மொத்த பெண்களையும் அழைத்து நிற்க வைத்து தேர்ந்தெடுக்கும் உரிமையை வழங்குவர்.

அது போல தான் இன்றும். புதிதாக வந்தவனின் முன்பு பெண்களை நிற்க வைத்திருக்க அவனோ அனைவரையும் ஆழ்ந்து பார்த்துக் கொண்டிருந்தான்.

சிலர் அவன் அழகைக் கண்டு அவன் தன்னை தேர்ந்தெடுக்க மாட்டானா என ஏங்கியிருக்க சிலரோ யாருக்கு வந்த விருந்தோ என விரக்தியோடு நின்றிருந்தனர்.

சீதாவோ கடவுளிடம் மன்றாடிக் கொண்டிருந்தாள். அவன் தன்னை தேர்ந்தெடுத்து விடக் கூடாது என்று.

ஆனால், கடவுளின் காதில் அவள் வேண்டுதல் விழவில்லை போல.

வந்திருந்தவன் அவளை தான் தேர்ந்தெடுத்தான்.

அங்கிருந்த ஒருவன் மற்ற பெண்களிடம் அவர்கள் அறைக்குச் செல்ல சொல்லவும் ஒரு சிலர் சீதாவை பொறாமையோடு பார்த்துவிட்டுச் செல்ல சுலோக்ஷனாவோ தவிப்போடு பார்த்தாள்.

அவள் அருகில் சென்றவள், "நான் சொன்னத நியாபகத்துல வச்சிக்கோ சீதா..." என முணுமுணுத்தப்படியே அவளை கடந்து செல்லவும் சீதா கலங்கி நின்றாள்.

"ஏய்! இன்னும் என்ன அப்படியே நின்னுட்டு இருக்க? காலையில வாங்குனது மறந்து போச்சா? சாரை கூட்டிக்கிட்டு ரூமுக்கு போ..." என்று ஒருவன் அதட்டவும்,

அந்த அதட்டலில் நடுங்கியவள் தன்னை தேர்ந்தெடுத்தவனை நிமிர்ந்து கூட பார்க்காது தன் அறையை நோக்கிச் செல்ல அவனும் யோசனையோடு அவளை தொடர்ந்து சென்றான்.

அறைக்குள் நுழைந்ததும் அவனும் உள்ளே நுழைய கதவைத் தாழிட்டவள் தன் முன்னே செல்பவனின் முதுகையே வெறித்துப் பார்த்-தாள்.

அறையைச் சுற்றி நோட்டமிட்டவனோ அவள் இன்னும் கதவோரமே நிற்பதைக் கண்டு புன்னகைத்தவன், "ஏன் பியூட்டி அங்கேயே நின்-னுட்ட, உள்ளே வா..." என்றதும்,

ஆத்திரமுற்றவள் தன் இடுப்பில் மறைவாக சொருகியிருந்த சிறிய கத்தியை கையில் எடுத்தாள்.

அதைக் கண்டு அவன் திகைத்து நிற்கும் நொடி ஆவேசமாக அவனை நெருங்கியவள், "உன் விரல் கூட என் மேல பட கூடாது. பட்டுச்சு கொன்னுடுவேன்..." என மிரட்ட,

அவனோ சிறிதும் அச்சம் கொள்ளாது, "தொடாம வெறுமனே வேடிக்கை பார்க்கிறதுக்கா இவ்வளவு பணத்தை கொடுத்துட்டு உள்ளே வந்திருக்கேன்..." என அலட்சியமாய் பதில் சொல்லவும் திகைத்தாள் அவள்.

அவனை எண்ணி மனதில் பயம் சூழ்ந்தாலும் வெளியே காட்டாது இரு கையாலும் கத்தியை இறுகப் பற்றிக் கொண்டு நின்றவள்,

"விடியுற வரைக்கும் அப்படியே நின்னுட்டு ஓடிடும் இல்லனா..." என்றபடி கத்தியை அவனை நோக்கி நீட்ட,

அதில் சத்தமாக சிரித்தவன், "இல்லனா என்ன பண்ணுவ?" என்று அவளை நோக்கி வரவும் அதில் மிரண்டு இரண்டடி பின் வாங்கியவள் கத்தியைத் தன் கழுத்தில் வைத்தாள்.

அதைக் கண்டு அவன் கால்கள் அப்படியே நிற்க அவன் பயந்-துவிட்டான் என்றெண்ணியவள், "என்னை தொட நினைச்ச நானே என்னை அழிச்சிப்பேன்..." என மிரட்ட,

ஒரு நொடி அவளையே கூர்ந்து பார்த்தவன், "சும்மா விளையாடாம இங்கே வந்து உட்கார் சுவீட்டி. எனக்கும் நேரம் ஆகுது, வந்த வேலையை சீக்கிரம் முடிச்சிட்டு கிளம்பிடுறேன்..." சாவகாசமாக பதில் சொல்ல,

அவளோ உள்ளுக்குள் அஞ்சினாலும் வெளியே ஆத்திரத்தோடு, "எனக்கு விருப்பம் இல்லனா விட வேண்டியது தான்? எதுக்காக என்னை கட்டாயப்படுத்துற?" என்றதும்,

"என்னடா வம்பா இருக்கு?" என தனக்குள்ளே முணுமுணுத்தவன்,

"விருப்பம் இல்லாதவ எதுக்கு இந்த தொழிலுக்கு வரணும்?" என்-றதும் அவள் உறைந்து நிற்க,

அவள் கண்களோ அவளையும் மீறி நீரை பொழியத் தொடங்கியது.

அவள் கண்ணீரைக் கண்டவன் என்ன நினைத்தானோ அவளை நோக்கி ஒரு அடி வைக்க அதில் சுதாரித்தவள் கத்தியைத் தன் கழுத்-தில் வைத்து,

"கிட்ட வந்தினா என்னை நானே அழிச்சிப்பேன். அப்புறம் நீதான் ஜெயிலுக்கு போகணும்..." என மிரட்டவும் அவன் திகைத்து நின்றான்.

அவனை அழிப்பேன் என்றால் தான் அவன் நம்ப மாட்டானே. தன்-னுடைய பலவீனத்தை அறிந்து அவன் அவனை தற்காத்துக் கொள்-வான் என்பது நிச்சயம்.

ஆனால், என்னை அழித்துக் கொண்டால் அந்த பழி அவன் மீது விழவும் வாய்ப்பிருக்கிறது என்ற அச்சத்தில் தன்னை நெருங்காமல் இருப்பானே என எண்ணி அவள் அவ்வாறு மிரட்ட,

அவனோ புன்னகையோடு, "விளையாட எவ்வளவோ இருக்கும் போது இது என்ன கத்திய வச்சிக்கிட்டு விளையாடிட்டு இருக்க? அப்பு-றம் விளையாட்டு வினையாகிடுச்சுனா நான் பொறுப்பில்ல..." என்றபடி மீண்டும் அவளை நெருங்கி வரவும் அவள் அதிர்ந்து நின்றாள்.

அவள் தேகம் நடுங்கத் தொடங்கியதில் அவள் கைகள் தடுமாற கத்தி கீழே விழப் போகவும் அதை உணர்ந்து அவள் அதை பிடிப்பதற்-குள் அந்த நொடியை பயன்படுத்தி அவளை பிடித்திருந்தான் அவன்.

அவளை பிடித்து பின்பக்கமாக வளைத்து அவள் கரத்தில் இருக்கும் கத்தியைப் பறிக்க முயல அவளோ முதலில் அதிர்ந்து நின்றாலும் பின் சுதாரித்து அவனிடம் இருந்து விடுபட போராடினாள்.

"பிடிவாதம் பண்ணாத, சொன்னா கேளு..." என்றபடியே அவளை பின்னிருந்து அணைத்தப்படி அவள் கரத்தைப் பற்ற முயன்றதில் அவன் இதழ்கள் அவள் தோளில் லேசாக உரசவும் அதில் சிலையென உறைந்-தவள் பின் ஆவேசத்தோடு அவன் கரத்தைக் கடிக்க அவன் வலியில் அலறினான்.

அதில் அவனிடமிருந்து தப்பியவள் அவன் கத்துவதால் தான் மாட்டி கொள்வோமோ என பயந்து சட்டென்று அவனை நெருங்கி அவன் வாயை மூட அவன் அவளை வியப்போடும் அதே நேரம் கோபத்தோ-டும் பார்க்க,

'சத்தம் போடாதே' என எச்சரித்தவள்,

"மரியாதையா நான் சொல்றதை கேட்டுட்டு ஒரு ஓரமா உட்கார்ந்-திரு இல்லனா இங்கே ஒரு கொலைவிழும். அது நீயாவும் இருக்கலாம் இல்ல நானாவும் இருக்கலாம்..." என மிரட்ட,

அவனோ, "பாவி! இப்படியாடி கடிச்சு வைப்ப..." என புலம்பியப்-படியே தன் கையைப் பார்க்க அதில் அவளது பற்தடங்கள் ஆழமாக பதிந்திருந்தது.

'கடவுளே இதுக்கு எத்தனை ஊசி போடணுமோ தெரியலையே' என தனக்குள்ளே புலம்பினான்.

அவளை முறைத்து பார்த்தவன், "இன்னைக்கு உன்னை விட போறதில்ல..." என்றபடி அவளை நோக்கி நகரவும்,

அவள் மீண்டும் கத்தியைத் தன் கழுத்தில் வைத்து அழுத்தவும் அதில் அவன் பதறினான்.

இந்த முறை அவள் கண்களில் தெரிந்த ஆவேசம் நிச்சயம் அவளை அவளே அழித்துக் கொள்வாள் என்பதை உணர்த்த அதில் பதறியவன்,

"சொன்னா கேளு, தேவையில்லாம உன்னை நீயே அழிச்சிக்காத. நான் நீ நினைக்கிற மாதிரி மோசமானவன் இல்லை. தப்பான எண்ணத்-துலயும் இங்கே வரல..." உத்தமனைப் போல அவன் பேசவும்,

'உத்தமனுக்கு இது போன்ற இடங்களில் என்ன வேலை' என்பது போல அவள் பார்க்கவும்,

அதை புரிந்தவன் அவசர அவசரமாக தன் பர்ஸை திறந்து அதிலி-ருந்த ஒரு சிறிய அளவிலான குறிப்பெழுதும் நோட்டையும் சிறு பேனா-

வையும் எடுத்து காட்டியவன்,

"எனக்கு சில விஷயங்கள் தெரியணும் அதுக்காக தான் இங்கே வந்தேன்..." என தன்னிலை விளக்க முயல அவளோ அவனை நம்-பாதப் பார்வை பார்த்தாள்.

"அச்சோ நம்புப்மா! இந்த மாதிரி இடத்துக்கு வர்றவன் நோட்டு பேனாவையா தூக்கிட்டு வருவான்?" என அவளிடம் கேட்கவும் அதில் ஒரு நொடி யோசித்தவள்,

மீண்டும் அவனை நம்பாது கத்தியை வைத்து மிரட்ட, "அட ஏன்மா ஆஊன்னா கத்திய தூக்கி கழுத்துல வச்சிக்கிற? உனக்கு சாகுறது தான் ஆசைனா நான் போனதுக்கு அப்புறம் சாவு..." என அலுத்துக் கொண்டவன்,

அவள் முறைக்கவும், "சத்தியமா சொல்றேன், நான் ரொம்ப நல்ல-வன். என் மனைவிய தவிர வேற எந்த பெண்ணையும் தொட கூடாதுனு நினைக்கிறவன்..." என தன் தலையில் கை வைத்து சத்தியம் செய்ய-வும்,

"உனக்கு வெட்கமா இல்லை? பொண்டாட்டி இருக்கும் போதே இந்த மாதிரி வேற பெண்ணை தேடி வர..." என்று ஆத்திரத்தோடு கத்தவும்,

"எனக்கு இன்னும் கல்யாணமே ஆகல..." என அப்பாவியாய் சொன்னவன்,

"வர போற மனைவிக்கு உண்மையா இருக்கணும்னு நினைக்கிற-வன்..." என அழுத்தமாகச் சொல்ல,

"அப்புறம் எதுக்குடா இங்கே வந்த?" ஆத்திரத்தோடு கேட்டாள் அவள்.

"அதை சொல்ல விட்டா தான்..." சலித்துக் கொண்டவன்,

"முதல்ல கத்திய தூக்கி போடு..." என்றதும் அவள் முடியாது என தலையசைத்தாள்.

"நீ இமேஜின் பண்ணி வச்சிருக்கிற அளவுக்குலாம் நான் மோசமா-னவன் கிடையாது. அதனால தைரியமா வந்து உட்காரு..." என்றவன்,

சோர்ந்து போய் அங்கிருந்து கட்டிலில் அமர்ந்து அருகே இருந்த தண்ணீர் பாட்டிலை எடுத்து குடித்தவன் அவளிடமும் நீட்ட அவளுக்கும் அது தேவைப்பட்டாலும் அவன் மீது நம்பிக்கை இல்லாததால் அதை வாங்காது அப்படியே நிற்க,

சலிப்போடு இருபக்கமும் தலையசைத்தவாறு, "முதல்ல என்னை பத்தி சொல்லிடுறேன்…" என்றவன்,

"என் பேரு ரகுநந்தன். ஷார்ட் ஃப்லீம் எடுத்துட்டு இருக்கேன். இந்த முறை ப்ராஸ்ட்டியூட் பெண்களோட வாழ்க்கையை வச்சு படம் எடுக்கி றதுனால அவங்களோட உணர்வுகளை தெரிஞ்சிக்க நினைச்சேன்.

அதை கற்பனையால என்னால கொடுக்க முடியல. அதனால சரியா படம் பண்ண முடியல. அப்ப தான் என் ஃப்ரெண்டு சொன்னான் அந்த தொழில்ல இருக்கிற பெண்கள்கிட்டையே பேசி அவங்க உணர்வுகளை புரிஞ்சிக்கோனு சொன்னான்.

எனக்கு அதுல விருப்பம் இல்லை. இருந்தாலும் என்ன பண்றது என்னோட படம் உணர்வு பூர்வமா வரணும்ன்னா நானே வந்து தெரிஞ்சிக்-கிட்டா தான் உண்டு. இந்த ஊர்ல இங்கே மட்டும் தான் இந்த தொழில் பண்றாங்க. அதனால தான் வந்தேன்.

உண்மைய சொல்லி உள்ளே வந்தா விட மாட்டாணுங்க. அதான் நானும் மத்தவங்க மாதிரி உள்ளே வந்தேன். ஏனு தெரியல உன்னை பார்த்ததும் உன்கிட்ட பேசலாம்னு தோணுச்சு. அதான் உன்னை செலக்ட் பண்ணேன்.

உள்ளே வந்ததும் நீ நின்ன விதத்த பார்த்ததும் உன்னை சீண்டி பார்க்க தோணுச்சு. ஆனா, நீ ஒரு நல்லவன அதுவும் உத்தமப்-புத்திரனை தப்பா நினைச்சிட்டியே…" என்றவன் வராத கண்ணீரைத் துடைக்க,

"நடிக்காதடா…" என்றவள்,

"ஒருவேளை தீவிரவாதிகள் சம்மந்தமான படம் எடுக்கணும்ன்னா தீவி-ரவாதிகளை போய் பேட்டி எடுப்பியா? இல்லை அந்த தைரியம் தான் உனக்கு இருக்கா? என்னை ஏமாத்துறதுக்காக கதை சொன்னா அதை நான் நம்பணுமா?" என்றாள் ஆத்திரத்தோடு.

"வாஸ்த்தவம் தான். தீவிரவாதிகளை பேட்டி எடுக்கிற தைரியம் எனக்கு இல்லை தான். ஒரு தீவிரவாதி எந்த மாதிரி இருப்பான் என்ன மாதிரி யோசிப்பானு யூகத்தின் அடிப்படையில கூட சொல்ல முடியும்.

ஆனா, பொண்ணுங்க அப்படி இல்லையே. பொண்ணுங்க மனசுல என்ன இருக்குனு யாராலையும் சொல்ல முடியாதே…" என்றான் கேலி-யாக.

அவன் சொல்வது சரி என்றாலும் அவளால் அவனை முழுமையாக நம்ப முடியாததால் அவனை முறைக்கவும்,

"என்ன பண்ணா நம்புவ?" அவள் மனதை அறிந்து அவன் கேட்க,

அவள் எதுவும் பேசாது அப்படியே நின்றாள்.

அவள் எதிர்பாரா நேரத்தில் அவளை இழுத்து தன்னருகில் அமர வைக்கவும் அவனை முறைத்தவள் எழப் போக, அதை உணர்ந்து அவளை தடுத்தவன் அவளை விட்டு சற்று தள்ளி அமர்ந்துக்கொள்ள அவளும் அவனை முறைத்துக் கொண்டே அமர்ந்திருந்தாள்.

"என்னை நம்பும்மா, உன்னை நான் எதுவும் பண்ண மாட்டேன்..." என்றதும்,

அவள் அவனை நம்பினாளா இல்லையா என்று தெரியவில்லை. எனினும் அங்கிருந்து எழாமல் அமர்ந்திருக்க அவனுக்கு அதுவே போதுமானதாக இருந்தது.

"உனக்கு விருப்பம் இல்லாம எதுக்காக இந்த தொழிலுக்கு வந்த?" என்றவனை வேதனையோடு பார்த்தாள் அவள்.

"இந்த தொழிலுக்கு வர்றவங்க எல்லாரும் விரும்பி தான் வர்றாங்-கனு நினைச்சிட்டு இருக்கியா?"

அவள் வலி அவனுக்கும் புரிய 'சாரி' என்றவன்,

"வேற என்ன? குடும்ப கஷ்டமா?"

அல்லது

"காதலிச்சவன் உன்னை ஏமாத்தி இங்கே வந்து விட்டுட்டு போயிட்-டானா?" என்றதும்,

அவனை முறைத்தவள், "சினிமாகாரன்னு நல்லாவே நிருபிக்கிற..." என்றவளிடம் அசடு வழிந்தான் அவன்.

"சரி நீயே சொல்லு, நீ ஏன் இங்கே வந்த?"

"ஏன், உன் படத்துக்கு கதை வேணுமா?" என அவனையே கேள்-விக் கேட்க,

அவளை முறைத்தவன், "இது படத்துக்காக கேட்கல, எனக்காக கேட்கிறேன்..." என்றவனை புரியாது பார்த்தாள் அவள்.

"உன்னை பத்தி தெரிஞ்சிக்கிறதுக்காக கேட்கிறேன்..." என்றவனி-டம்,

மௌனத்தை மட்டுமே பதிலாக அளிக்க அவள் முகத்தைத் தன்புறம் திருப்பியவனை எரிப்பது போல பார்த்தாள்.

அவள் கோபத்தை புரியாது அவன் பார்க்க அவன் கரத்தை உதறிய-வள், "என்னை தொடாதனு சொன்னா உனக்கு புரியாதா?" என எரிந்து விழவும்,

'சாரி' என முணுமுணுத்தவன் அமைதியாக அமர்ந்திருந்தான்.

அவனின் வாடிய முகத்தைக் கண்டவளுக்கு என்ன தோன்றியதோ தெரியவில்லை அவளாகவே அவளைப் பற்றி சொல்லத் தொடங்கினாள்.

"என் அப்பா அம்மா ஒரு ஆக்சிடெண்ட்ல இறந்துட்டாங்க. என் மாமா அவரு கடனை அடைக்கிறதுக்காக என்னை இங்கே வித்துட்டு போயிட்டாரு. இதை தவிர சொல்ல என்னை பத்தி வேற எதுவும் இல்லை..." என்றாள் விரக்தியோடு.

அவன் அமைதியாக பார்க்க அவளே தொடர்ந்தாள். ஏனோ அவனிடம் மனம் விட்டு பேசினால் நன்றாக இருக்குமே என்று தோன்-றியது. ஆனால், அது ஏனென்று தெரியவில்லை.

"என்னால இங்கே இருக்க முடியல. நான் எவ்வளவோ அழுது பார்த்தேன், கெஞ்சி பார்த்தேன். என் மாமா கேட்கவேயில்லை. இங்கே இருந்து எப்படி தப்பிக்கிறதுனே தெரியல..." என கலங்கியவளின் கரத்தை அவன் ஆறுதலாகப் பற்ற,

அதை அவள் உணர்ந்தாலும் அவனை விலக்காது பார்த்தவள், "இங்கே இருக்கிற ஒவ்வொரு நொடியும் நரகம் மாதிரி இருக்கு. இப்-படிலாம் நான் கஷ்டப்படுவேன்னு தெரிஞ்சு தான் என் அப்பா அம்மா அவங்க இருக்கிற வரைக்கும் என்னை சந்தோஷமா வச்சிக்கிட்டாங்க போல..." என கண்ணீர் சிந்தினாள்.

அவள் கண்ணீரைத் துடைப்பதற்காக அவன் கை உயரவும் தானாக தன் கண்ணீரைத் துடைத்துக் கொண்டவள்,

"நான், அப்பா, அம்மா மூணு பேரும் எவ்வளவு சந்தோஷமா வாழ்ந்தோம் தெரியுமா? சின்ன கஷ்டத்த கூட என்னை அனுபவிக்க விட்டதில்ல. அப்படி பார்த்துக்கிட்டாங்க.

திமீர்னு ஒரு ஆக்சிடெண்ட்ல இறந்து போவாங்கனு நான் நினைச்சு கூட பார்க்கல. அவங்க போனதுக்கப்புறம் என்ன பண்றதுனே எனக்கு தெரியல.

என் மாமா எனக்கொரு அப்பாவா இருப்பாருனு நினைச்சேன். ஆனா, அவரோட பாசம் எந்தளவுக்குன்றது அவரு என்னை இங்கே வந்து விட்டப்ப தான் தெரிஞ்சுது..." என்று அழுதவளை வேதனை யோடு பார்த்துக் கொண்டிருந்தான் அவன்.

"வேற ஒருத்தன் தப்பா பார்த்தாலே என் உடம்புலாம் எரியும். ஆனா இங்கே?" சொல்ல முடியாமல் அழுதவள்,

"இங்கே இருக்கிற யாருமே விரும்பி வரல. நீ சொன்னியே குடும்ப கஷ்டம்னு, பாதி பேரு அந்த மாதிரி வந்தாலும் ஒரு சிலரை கட்டாயப்- படுத்தி இங்கே இழுத்துட்டு வந்துருக்காங்க. சுலோக்ஷனா அக்காலாம் அவங்களை காதலிச்சவனை நம்பி தான் ஏமாந்து போனாங்க..." என்- றாள் வேதனையோடு.

"நீ இங்கே வந்து எவ்ளோ நாள் ஆகுது?"

"ஒரு வாரம் ஆகுது..." என்றவளை அதிர்வோடு பார்த்தான்.

'இந்த ஒருவாரத்தில் அவளை எத்தனை பேர்?'

முழுதாக நினைக்கக் கூட முடியாமல் அதிர்ச்சியோடும் வேதனை- யோடும் பார்க்க அதை உணர்ந்தவள் கசப்பான முறுவலை உதிர்த்தாள்.

"மனுஷங்க தான் இரக்கம் இல்லாம நடந்துக்கிறாங்க. ஆனா இயற்கை நமக்கு கொஞ்சம் இரக்கம் காட்டும். என்னையும் அஞ்சு நாள் இயற்கை தான் காப்பாத்துச்சு..." என்றவளை புரியாது அவன் பார்க்க,

அவனிடம் எப்படி சொல்வது என தயங்கியவள் 'பீரியட்ஸ்' என முணுமுணுக்க அது அவன் காதில் தெளிவாக விழவும் குழப்பத்தோடு அவளை பார்த்தான்.

"அது மூணு நாள் தான?" அதிமுக்கிய சந்தேகத்தை அவன் கேட்க,

வெட்டவா குத்தவா என்பது போல அவள் பார்க்கவும் அசடு வழிந்- தான் அவன்.

ஏனோ அவனின் அந்த நிலையைக் கண்டு அவளுக்கு புன்னகை தான் எழுந்தது.

"பொதுவா மூணு நாள் தான் சொல்வாங்க. ஆனா, அஞ்சு நாள் ஏழு நாள் கூட இருக்கும். வயசையும் உடல் ஆரோக்கியத்தையும் பொறுத்தது..." என இந்த முறை தயக்கம் இல்லாமல் சொல்ல அவனும் தலையை மட்டும் ஆட்டினான்.

அவள் மனமோ அந்த ஐந்து நாட்கள் மட்டும் இல்லை என்றால் தன் நிலை என்ன ஆகியிருக்கும் என்றே தெரியாதே என நடுங்கியது.

இயற்கையிலே பெண்களுக்கு இருக்கும் மாதாந்திர பிரச்சினை அவளுக்கும் வந்திருந்தது. ஆனால், அதை எண்ணி அவளால் நிம்மதி- யாக இருக்க முடியாது அவளை அதற்காகவே அடித்து துன்புறுத்தியும் இருந்தனர் அங்கிருந்த கயவர்கள்.

அவனோ, "அப்படினா உன்னோட ஃபர்ஸ்ட் கஸ்டமரா நான்?" கிண்டலாக அவன் கேட்க,

அவனை முறைத்தவள், "உனக்கு வெட்கமா இல்லை?" என எரிந்து விழவும்,

'இல்லை' என அவன் அப்பாவியாய் தலையசைக்க ஏனோ அவளுக்கு கோபத்திற்கு பதில் சிரிப்பு தான் வந்தது.

அதே புன்னகையோடு, "நேத்தே ஒருத்தன் வந்தான். அவனையும் உன்னை மாதிரி தான் மிரட்டுனேன். அவன் உன்னை மாதிரி இல்லை, ஒரு முறை மிரட்டுனதுமே பயந்துட்டான்.

நைட்டு முழுக்க அந்த மூலையிலே உட்கார்ந்திருந்தவன் காலையில போகும் போது என்னை மாட்டிவிட்டு போயிட்டான், அதுக்கு கிடைச்ச பரிசு தான் இது..." என தன் கரத்தைத் திருப்பிக் காட்ட அதிலிருந்த காயம் அவள் வாங்கிய அடியை அவனுக்கு உணர்த்தவும் வலியோடு அவளை பார்த்தான்.

எத்தனை வலிகளை அனுபவிக்கிறாள் என வேதனையோடு அவளை பார்க்க அவளோ நேற்றும் இன்றும் தப்பியாயிற்று நாளை என்ன செய்ய என தவித்துக் கொண்டிருந்தாள்.

ரகு தன்னிடம் தவறாக நடந்துக்கொள்ள மாட்டான் என அவள் மனம் உறுதியாக நம்பியது.

அது ஏனென்றும் அவளுக்குத் தெரியவில்லை.

ஏனோ ஒரு நம்பிக்கை அவளையும் அறியாது அவன் மீது எழுந்- தது.

இனி வரும் நாட்கள் கேள்விக்குறியாக இருக்க செய்வதறியாது தவித்தாள் அந்த மங்கை.

அவனோ அவளையே விழியெடுக்காது பார்த்திருந்தான்.

அழகிற்கே இலக்கணமாக பிறந்திருப்பவளை எந்த காமுகனும் விட்டு வைக்க மாட்டானே இவள் இனி எத்தனை பேரிடம் போராட வேண்டும் என பரிதவித்தான்.

அவளுக்காக எதாவது செய்ய வேண்டும் என அவன் மனம் உந்தி-யது.

ஆனால் என்ன செய்ய?

இங்கிருப்பவர்கள் அடித்து துவம்சம் செய்து இவளை பாதுகாப்பாய் அழைத்துச் செல்ல அவன் ஒன்றும் வீராதி வீரன் அல்லவே.

சராசரி மனிதன் தான்.

மிஞ்சி போனால் இரண்டு பேரை தன் பலம் கொண்டு அடிப்பான் அவ்வளவே.

ஆனால் அது போதாதே.

ஆர்வக்கோளாறில் அவன் அப்படி செய்யப் போனால், போவது அவன் உயிர் மட்டுமல்ல அவள் உயிரும் தான்.

அதை நினைக்கும் போதே மனம் பதறியது.

அவன் அறிந்த வரை இந்த இடம் ஒரு பெரும்புள்ளிக்குச் சொந்த-மானது. அதனால் எந்த சட்டமும் காவல்துறையும் அவனுக்கு உதவாது என்பதையும் தெளிவாக உணர்ந்திருந்தான்.

"என்ன யோசிக்கிற?" என்றவளை பார்த்தவன் ஒன்றுமில்லை என தலையசைக்க,

"எனக்கு தூக்கம் வருது தூங்கவா?" ஏக்கத்தோடு கேட்க,

இங்கே வந்த நாளில் இருந்தே அவள் சரியாக தூங்கவில்லை என்-பதை அவள் சோர்ந்திருந்த முகத்தை வைத்தே உணர்ந்தவன் சரி என தலையசைக்கவும்,

அந்த படுக்கையின் ஓரத்தில் படுத்தவள் சில நொடிகளிலே கண்-ணயர்ந்துவிட அவளையே பார்த்திருந்தான் அவன்.

பளிங்கு போன்ற அந்த முகத்தை அவன் கரம் வருட ஆவல் கொண்டாலும் ஏனோ அதை செய்ய முடியாது அவளையே பார்த்தான்.

வலியையும் வேதனையையும் தாண்டி இப்பொழுது அவள் முகத்தில் தெரியும் சிறு நிம்மதி அவனை ஏதோ செய்ய அவளுக்காக நிச்சயம் ஏதேனும் செய்ய வேண்டும் என எண்ணை வைத்தது.

சீதாவோ நீண்ட நாட்களுக்குப் பிறகு இன்று தான் நிம்மதியாகத் தூங்குவது போல அயர்ந்து தூங்கிக் கொண்டிருந்தாள். இங்கு வந்த நாளில் இருந்து எந்த நேரத்தில் என்ன நடக்குமோ என்ற பயமே அவளை தூங்கவிடாமல் செய்தது.

நேற்று கூட, தான் கண்ணசைந்தால் தன்னை அந்த காமுகன் ஏதாவது செய்து விடுவானோ என்ற அச்சத்திலே தூங்காமல் கண் விழித்திருந்தவள் இன்று ரகு நந்தனின் மீதிருந்த நம்பிக்கையில் கண்ணயர்ந்தாள்.

அவன் மீது எப்படி இத்தகைய நம்பிக்கை என்றெல்லாம் அவள் ஆராயவில்லை.

இன்று ஒரு நாளாவது நிம்மதியாக தூங்கலாமே என்றெண்ணத்தில் அவள் தூங்கிவிட்டாள்.

ஆனால் நாளை?

அந்த நேரம் வெளியே ஒரு பெண்ணின் அலறல் சத்தம் கேட்க சீதா பதறி எழவும், அவளையே பார்த்திருந்த ரகுவும் பதறி எழுந்தான்.

ஜன்னல் வழியே சத்தம் கேட்ட திசையை எட்டிப் பார்க்க அங்கே ஒரு பெண்ணை இரு தடியன்கள் அடித்துக் கொண்டிருப்பதைக் கண்டு நடுங்கினாள் சீதா.

அவளருகில் வந்து என்னவென்று எட்டிப் பார்த்தவன் அந்த பெண்ணின் நிலையறியாது சீதாவைப் பார்க்க அவள் நடுக்கம் புரியவும் அவளை தோளோடு சேர்த்துக் கொள்ள பயத்தில் இருந்தவளும் அவனோடு ஒன்றினாள்.

"என்ன ஆச்சு ஏன் அடிக்கிறாங்க?"

"அந்த அக்கா பேரு சாவித்ரி. அவங்களும் இங்கே தான் இருந்தாங்க. இப்போ அவங்களுக்கு..." என சொல்ல முடியாமல் தடுமாற,

"முடியலனா விட்டுடுமா..." என்றான் அவன் தவிப்போடு.

"அந்த அக்காவுக்கு எய்ட்ஸ் வந்துடுச்சு. அது வெளிய தெரிஞ்சதும் அந்த அக்கா மூலமா வர வருமானம் நின்னு போனதுனால அந்த அக்காவ துரத்திட்டாங்க. அந்த அக்காவுக்கு இப்போ குடும்பத்த பார்த்துக்க வழி இல்லாததுனால அவங்ககிட்ட உதவிக்கேட்டு வருவாங்க.

அவங்க இப்படி தான் தினமும் அடிச்சு துரத்துவாங்க. பாவம் அந்த அக்கா, அவங்க புருஷன் அவங்களை விட்டுட்டு போனதுனால குழந்-

தையை வளர்க்க முடியாம கஷ்டப்படுறாங்க. இப்போ உயிருக்கும் உத்திரவாதம் இல்லை..." என சாவித்ரியை நினைத்து சீதா கலங்க,

"புருஷன் விட்டுட்டு போனா வேற வேலை தேட வேண்டியது தான்? எதுக்காக இங்கே வந்து இப்படி கஷ்டப்படணும்?" ஆற்றாமையோடு அவன் கேட்க,

அவனை முறைத்தவள், "இங்கே விட்டுட்டு போனதே அவங்க புருஷன் தான்..." என்றவளை அதிர்வோடு பார்த்தான் அவன்.

"அந்த ஆளுக்கு பணம் வேணும்ன்றதுக்காக இவங்களை இங்கே இழுத்துட்டு வந்து வித்துட்டு வேற கல்யாணம் பண்ணிக்கிட்டான். குழந்தையையும் கண்டுக்கல.

இந்த அக்கா ரொம்ப அழகா இருந்ததுனால இவங்க மூலமா நிறைய வருமானம் வந்துச்சு. அதுவரைக்கும் இவங்களை கொண்டாடுனாங்க. இப்போ நோய் வந்ததும் அடிச்சு துரத்துறாங்க..." என்றவள் அழத் தொடங்க,

அவள் அழுவதைத் தாங்க முடியாதவன் பேச்சை மாற்ற எண்ணி, "நீ வந்த ஒரு வாரத்துலயே எப்படி எல்லாத்தையும் தெரிஞ்சிக்கிட்ட?" என்றதும்,

"சுலோக்ஷனா அக்கா தான் சொல்வாங்க. அப்புறம் சுபத்ரா அக்காவும் என்கிட்ட பேசும் போது இதலாம் சொல்லுவாங்க. பாவம் அவங்களாம் ரொம்ப கஷ்டப்படுவாங்க.

அவங்ககிட்ட வர்றவனுங்க மிருகத்தனமா நடந்துப்பாங்க. அவங்க அனுபவிக்கிற வலியை சொல்லி அழும் போது எனக்கு..." என மேலே சொல்ல முடியாமல் விம்மி அழ அவளை தேற்றும் வழியறியாது தவித்தான் அவன்.

ஏனோ அவள் வலியை அவன் வலியாக உணர்ந்தான்.

"எனக்கு பயமா இருக்கு. எத்தனை நாள் என்னால இவங்ககிட்ட இருந்து தப்பிக்க முடியும்?" தவிப்போடு கேட்டவளை அதிர்ச்சியோடு பார்த்தான் அவன்.

அவனும் அதை எண்ணி தான் பயந்து கொண்டிருந்தான்.

நேற்றும் இன்றும் தப்பிவிட்டாள்.

ஆனால், நாளை என்ன நடக்குமென யாருக்கும் தெரியாதே.

வருபவன் பலசாலியாக இருந்தால் இவளால் என்ன செய்ய முடியும்?

அப்படி ஏதேனும் நடந்துவிட்டால் அதன் பிறகு இவளின் நிலை?

அவன் அதை நினைக்கும் போதே அவள், "எவனாது என் மேல கையை வச்சா அந்த நிமிஷமே செத்து போயிடுவேன்…" என்றவ னின் குரலில் ஸ்தம்பித்துப் போனவன் அதன் பிறகு அவள் நிலையை யோசிக்க முடியாது அவளை இழுத்து அணைத்துக்கொள்ள அவள் குலுங்கி அழுதாள்.

"எதுக்கு லூசு மாதிரி பேசுற? அப்படிலாம் எதுவும் ஆகாது…" என்றவனின் குரலும் ஏனென்றே தெரியாது நடுங்கி ஒலிக்க,

இருவருக்குள்ளும் சொல்ல முடியாத மெல்லிய உணர்வுகள் இழை யோடியது.

அவளை எப்படியாவது இங்கிருந்து காக்க வேணும் என உறுதி கொண்டான்.

"என்கூட வந்துடுறியா?" என்றவனை அவள் பார்க்க,

"நீ இங்கே இருக்க வேணாம், என்கூட வந்துடு. நான் உன்னை பத்திரமா பார்த்துக்கிறேன்…" என்றான் உறுதியாக.

மறுப்பாகத் தலையசைத்தவள், "இங்கே இருந்து வெளிய போறது அவ்ளோ ஈசி இல்லை…" என்றாள் வேதனையாக.

அதை அவனும் அறிவானே. எனினும் அவளை எப்படியாவது இங் கிருந்து அழைத்துச் செல்ல வேண்டுமென தீர்மானித்தான்.

"அதை நான் பார்த்துக்கிறேன்…" என உறுதியாக சொன்னவனின் மீது நம்பிக்கை எழ, அவள் மனதில் நிம்மதியும் பரவியது.

இங்கிருந்து எப்படியாவது வெளியேறிவிட்டால் தனக்கென ஒரு வேலைப் பார்த்துக் கொண்டு நிம்மதியாக வாழலாமே என எண்ணியவள் அதை அவனிடமும் சொன்னாள்.

"ஏன் நான் உன்னை பார்த்துக்க மாட்டனா?" கோபத்தோடு அவன் கேட்க,

அவள் புரியாது பார்க்கவும் அவள் கரத்தைப் பற்றியவன், "நான் எப்பவும் உன் கூடவே இருக்க ஆசைப்படுறேன். என்னை கல்யாணம் பண்ணிப்பியா?" என்றதும் அதிர்ந்தாள்.

அவள் அதிர்ச்சியைக் கண்டு, "ஏன் என் மேல நம்பிக்கை இல் லையா? உன்னை ஏமாத்திடுவன்னு நினைக்கிறியா?" என்றவன் அவள் பதில் சொல்லும் முன்னே,

"என்னை நம்பும்மா, நான் உன்னை நல்லா பார்த்துப்பேன். உன்னை எப்பவும் சந்தோஷமா வச்சிக்க ஆசைப்படுறேன். இது காதலானு கேட்டா எனக்கு தெரியல. ஆனா, எனக்கு நீ வேணும்…" என்றான்.

அவள் அதிர்ச்சி குறையாது அப்படியே நிற்க அவளை அருகே இழுத்து படுக்கையில் அமர வைத்தவன் உரிமையோடு அவளை தன் தோளில் சாய்த்துக் கொண்டு,

"எனக்கு இதுவரைக்கும் காதல் மேல நம்பிக்கை இருந்ததில்ல. அதனால யாரையும் காதலிக்கணும்னு தோணல. இப்ப உன் மேல காதல் இருக்கா'னு கேட்டா அது சந்தேகம் தான்.

ஆனா, உன்னை பாதுகாக்கணும்னு தோணுது. அதுவும் காலம் முழுக்க.

உன் அப்பா அம்மாகிட்ட நீ அனுபவிச்ச சந்தோஷத்தை விட பல மடங்கு உன்னை சந்தோஷமா வச்சிக்க தோணுது. எனக்கு அந்த வாய்ப்பை கொடுப்பியா?" என்றவனை விழியசையாது அவள் பார்க்க,

"எதுனாலும் சொல்லிடு…" என்றான் அவன் ஏக்கமாக.

"என்னை நீ பார்த்தே கொஞ்ச நேரம் தான இருக்கும்…" இன்ன-மும் நம்ப முடியாது அவள் கேட்க,

"கொஞ்ச நேரமோ அதிக நேரமோ அது பிரச்சினை இல்லை. இனி என் வாழ்க்கை உன்னோட தான்னு முடிவு பண்ணிட்டேன்…" உறுதி-யாக அவன் சொல்ல அவனை நன்றியோடு பார்த்தாள்.

அதைக் கண்டு அவளை முறைத்தவன், "முடிஞ்சா காதலோட பார்க்க முயற்சி பண்ணு, இந்த நன்றிலாம் வேணாம்…" என கோபித்-துக்கொள்ள,

"உனக்கு என் மேல காதலே இல்லையே…" என அவளும் உரி-மையோடு கோபித்துக்கொள்ள,

"அதனால என்ன? கல்யாணத்துக்கு அப்புறம் திகட்ட திகட்ட காதலிச்சிக்கலாம்…" என்று கண்சிமிட்டியவனின் தோளில் சாய்ந்துக் கொண்டாள் அவள்.

"உங்க வீட்டுல என்னை ஏத்துப்பாங்களா?" தவிப்போடு கேட்க,

"நானும் அம்மாவும் தான். அம்மா என்னைக்கும் என் விருப்பத்-துக்கு மறுப்பு தெரிவிக்க மாட்டாங்க. அதனால நீ பயப்பட வேணாம்…"

"என்னை பத்தி தெரிஞ்சும் சம்மதிப்பாங்களா?" தயக்கத்தோடு அவள் கேட்க,

அவளை முறைத்தவன், "இப்ப என்ன நடந்துடுச்சுனு இப்படி கேட்-கிற?" கோபம் கொள்ள,

"இதுவரைக்கும் தப்பா எதுவும் நடக்கலனாலும் நான் இங்கே இருந்-தவள்னு தெரிஞ்சாலே அவங்க மனசுல..." சொல்லி முடிக்கும் முன்பே இடைமறித்தவன்,

"போதும் நிறுத்து. விட்டா நீயே எல்லாத்தையும் கற்பனை பண்-ணிப்ப. அவங்க உன்னை தப்பா நினைக்க மாட்டாங்க.

அப்படியே நினைச்சாலும் நீ எதுக்கு கவலைப்படுற? உன்கூட வாழ போறது நான்..." என அழுத்தமாகச் சொல்லவும்,

"உங்க அம்மா சம்மதம் இல்லாம எதுவும் நடக்க கூடாது..." என்-றாள் அவள் உறுதியாக.

"சரி அவங்களை சம்மதிக்க வைக்க வேண்டியது என் பொறுப்பு..." என்றான் அவனும்.

அவன் அன்னையும் ஒரு சராசரி பெண் தானே. இது போன்ற இடத்தில் இருக்கும் பெண்ணை எப்படி தன் மகனுக்கு கட்டி வைக்க நினைப்பார்? என்ற கவலை எழவும்,

தன்னால் அவர்களுக்குள் எந்த பிரச்சினையும் வரக் கூடாது என்று சீதா அவன் அன்னையின் அனுமதி வேண்டும் என பிடிவாதம் கொள்ள அதை உணர்ந்தவனும் சரி என்றான்.

"நீ என்னை கல்யாணம் பண்ணிக்கலனாலும் பரவாயில்லை, நான் இந்த நரகத்தை விட்டு போனா போதும்..." என்றதும் கோபம் கொண-டவன்,

"என் மேல நம்பிக்கை இல்லாம சொல்றியா? இல்ல என்னை பிடிக்-காம சொல்றியா?" என்றான்.

அவள் அமைதியாக இருக்கவும், "உனக்கு பிடிச்சாலும் பிடிக்க-லனாலும் நம்ம கல்யாணம் நடக்கும்..." என்றான் அதிகாரமாக.

ஏனோ அவனின் அந்த அதிகாரம் அவளுக்கு கோபத்தை உண்டு பண்ணுவதற்கு பதில் நிம்மதியைக் கொடுத்தது.

இருவரும் திருமணம் செய்துக்கொள்ள முடிவெடுத்து விட்டாலும் அதை எப்படி நடத்துவது என தெரியாமல் விழித்தனர்.

முதலில் இங்கிருந்து சீதாவை அழைத்துச் சென்றால் தானே மற்ற-தெல்லாம் நடக்கும்.

"நீ இங்கிருந்து போ, நான் எப்படியாவது வந்துடுறேன்..."

"எப்படி?"

"தெரியல. ஆனா, ரெண்டு பேரும் ஒன்னா போக முடியாது..."

"தேவையில்லாம ரிஸ்க் எடுத்து மாட்டிக்காதம்மா, யோசிச்சு செயல்-படலாம்..." என்றவனிடம்,

"அதுக்கு நேரமில்லையே..." என்றாள் தவிப்பாக.

அவளை அணைத்துக் கொண்டவன், "கவலைப்படாத உன்னை எப்படியாவது இங்கிருந்து கூட்டிட்டு போயிடுறேன்..." என்றதும்,

"என்னால உனக்கு எதாவது ஆகிட போகுது..." என்றாள் பதற்-றத்தோடு.

"பரவாயில்லை பார்த்துக்கலாம்..."

"இல்லை, அது வந்து..." என தயங்க,

"போதும்மா வேற எதாவது பேசு..." என சலித்துக்கொள்ள அவள் முகம் வாடி போனாள்.

அதில் வருந்தியவன், "நான் உன்னை சந்தோஷமா வச்சிக்க நினைக்கிறேன், ஆனா நீ இன்னும் சோககீதம் வாசிச்சிட்டு இருக்க. அது எனக்கு கஷ்டமா இருக்காதா?" சிறுபிள்ளை போல முகத்தை வைத்துக் கொண்டு கேட்க,

அதில் புன்னகைத்தவள் அவனோடு சகஜமாக பேசத் தொடங்கி-னாள்.

ஓர் இரவில் எவ்வளவு பேச முடியுமோ அவ்வளவையும் கொட்டித் தீர்த்தாள். தன் பால்ய வயது முதல் அனைத்தையும் அவனோடு பகிர்ந்-துக் கொண்டவளுக்குத் தூக்கம் கூட தூரச் சென்றிருந்தது.

அவனும் சலிக்காது அவள் சொல்வதை எல்லாம் ஆர்வத்தோடு கேட்டுக் கொண்டிருந்தான் அவளை தன் அணைப்பிலே வைத்துக் கொண்டு.

அவனிடம் பேச பேச அவள் மனம் லேசாகத் தொடங்கியது.

பொழுது விடிந்ததை உணர்ந்தவன் தான் கிளம்பும் நேரம் வந்து-விட்டதால் அவளிடம், "உன்னை எப்படி கான்டாக்ட் பண்றது உனக்கு போன் இருக்கா?" என்றதும் இல்லை என்றாள்.

"எனக்கே போன் எடுத்துட்டு வர அனுமதி இல்லை உன்கிட்ட கேட்டது தப்பு தான்…" என்றவன் வேறென்ன செய்ய என்று யோசிக்க,

"சுலோக்ஷனா அக்கா தான் ஒரு போன் வச்சிருக்காங்க. அது யாருக்கும் தெரியாது. அவங்ககிட்ட கேட்டு பார்க்கட்டா?" தயக்கத்தோடு சொல்ல,

சரி என தலையசைத்தவன் தன் நம்பரை ஒரு பேப்பரில் எழுதிக் கொடுத்து, "இது தான் என் நம்பர் இதுக்கு போன் பண்ணு. முடியலனா ஒரு மெசேஜ் பண்ணு…" என்றதும் அவளும் தலையசைத்தாள்.

ஜன்னல் வழியே சுற்றுபுறத்தை ஆராய்ந்தவனுக்கு இங்கிருந்து அவளை அழைத்துச் செல்வது அவ்வளவு சுலபமில்லை என்பது நன்றாக புரிய என்ன செய்வதென்ற யோசனையில் ஆழ்ந்தான்.

இங்கிருந்து எப்படி செல்வது என கவலைக் கொண்டவளின் வாடிய முகத்தைக் கண்டு அவள் முகத்தை கையில் ஏந்தியவன்,

"இன்னைக்கு ஒரு நாள் அட்ஜஸ்ட் பண்ணிக்கோ. நான் என் ஃப்ரெண்டுகிட்ட பேசி உடனே எதாவது பண்ண முடியுமான்னு யோசிக்கிறேன். எப்படியும் உன்னை நாளைக்கே இங்கிருந்து கூட்டிட்டு போயிடுவேன்…" என்றான் உறுதியாக.

அவள் தலையை மட்டும் அசைக்க, "உன்கிட்ட ஒன்னு மட்டும் உறுதியா சொல்றேன். நீ எப்படி இருந்தாலும் என் மனைவி தான். அதுல எந்த மாற்றமும் இல்லை. அதனால…" என சொல்ல முடியாமல் தவித்தவன்,

"சப்போஸ் இன்னைக்கு உனக்கெதாவது ஆனாலும் நீ எந்த தப்பான முடிவையும் எடுத்துட கூடாது…" என்றவனின் குரலும் நடுங்கி ஒலித்தது.

அப்படி சொல்லவே பெரும்பாடுபட்டான் அவன்.

அவனை வேதனையோடு பார்த்தாள் அவள்.

அவளை இப்பொழுதே தன்னால் அழைத்துச் செல்ல முடியவில்லையே என கையாளாகாத தனத்தோடு அவளை பார்த்தவன்,

அவள் கண்களில் தெரிந்த தவிப்பில் அவளை இழுத்து அணைத்துக் கொண்டு, "ப்ளீஸ்டி! என்னை மன்னிச்சிடு. உன்னை இப்பவே என்னால கூட்டிட்டு போக முடியல. உன்கூட நான் காலம் முழுவதும் சந்தோஷமா வாழணும். அதனால தான் இப்ப எந்த ரிஸ்க்கும் எடுக்கல, என்னை

புரிஞ்சிப்பனு நினைக்கிறேன்..." என அவன் தயங்க,

அவளும் தலையசைக்க,

"ஒரு நாள் மட்டும் எனக்கு டைம் கொடு. நாளைக்கே நாம கல்-யாணம் பண்ணிக்கலாம். எப்படியாவது உன்னை இங்கிருந்து கூட்டிட்டு போயிடுவேன்.

இருந்தாலும் இந்த ஒரு நாள்ல நீ என்ன கஷ்டப்படுவெனு என்னால உறுதியா சொல்ல முடியாது. ஆனா, என்ன நடந்தாலும் நான் உனக்-காக இருக்கேன்ற நம்பிக்கையோட நீ எனக்காக காத்துட்டு இருக்க-ணும்..." என்றான்.

அவனுக்காக அவள் காத்திருப்பதில் எந்த பிரச்சினையும் இல்லை. அவன் மீதுள்ள நம்பிக்கையால் எத்தனை வருடம் கூட காத்திருப்பாள்.

ஆனால், இடையில் இருக்கும் நாளில் அவளுக்கு ஏதேனும் நேர்ந்-தால், வேறொரு ஆடவனின் கரம் அவள் மீது பட நேர்ந்தால் அதன் பிறகு அவள் உயிரோடு இருப்பாளா?

அதை உணர்ந்து தான் அவன் அவ்வளவு அழுத்தமாக சொன்னான் எந்த நிலையிலும் அவள் தான் அவனின் மனைவி என்று.

எனினும், விதி என்ன செய்ய காத்திருக்கிறதோ?

அவனோ இனி வாழ்வும் சாவும் அவளோடு தான் என உறுதியாக நிற்க,

அவளோ அவன் கரம் பிடிக்கும் வரை தனக்கு ஏதும் நேரக் கூடாதே என பரிதவிப்போடு நின்றாள்.

"நான் என் ஃப்ரெண்டுகிட்ட பேசிட்டு உடனே உன்னை கூப்பி-டுறேன். நீ போன் நம்பரை எனக்கு மெசேஜ் பண்ணு..." என்றவன் அவளை ஒரு முறை இறுக அணைத்துவிட்டு வெளியேறும் நேரம் கதவும் தட்டப்பட சீதா தவிப்போடு பார்த்தாள்.

கதவைத் திறந்தவன் வெளியே நின்றவனை கேள்வியோடு பார்க்க, "சாரி சார், நேரம் ஆச்சேனு..." என அசடு வழிய நின்றான் அவன்.

அவனிடம் சில நூறு ரூபாய் நோட்டுகளை ரகு எடுத்து நீட்டவும் அவனும் மறுக்காது வாங்கிக் கொண்டு, "பார்ட்டி எப்படி சார்? நல்லா ஒத்துழைச்சாளா?" வழிசலோடு அவன் கேட்க ரகுவிற்கோ பற்றிக் கொண்டு வந்தது.

எனினும், எதுவும் செய்ய முடியாது தலையை மட்டும் அசைத்தவன் சீதாவை ஒரு முறை திரும்பிப் பார்த்தான்.

அவள் நடுங்கிக் கொண்டு நிற்க கண்களாலே அவளுக்கு தைரியம் அளித்தவன் கிளம்பும் நேரம், ஏதோ நினைவு வர சீதாவிடம், "உன் பேரென்ன?" என்றான்.

பெயரைக் கூட தெரியாது தன்னை திருமணம் செய்துக்கொள்ள சம்-மதித்தானா என அவள் அவனை முறைக்க,

ரகுவின் அருகில் நின்றவனோ, "பேரா சார் முக்கியம்..." என இழுக்க,

ரகு அவனை நேரடியாக முறைத்துவிட்டு சீதாவிடம் மீண்டும் பெய-ரைக் கேட்டான்.

அவள் சொல்லவும் தலையசைத்துவிட்டு வெளியேறிவிட மற்ற-வனோ, "பரவாயில்லை நேத்து வாங்குன அடிக்கு நல்ல பலன் இருக்கு..." என சீதாவை விஷமத்தோடு பார்த்து விட்டு சென்றுவிட சீதாவோ சுலோக்ஷனாவிற்காக காத்திருந்தாள்.

சிறிது நேரம் கழித்து சுலோக்ஷனாவை சந்தித்த சீதா ரகுவைப் பற்றி சொல்ல அவளோ, "இங்க வர்றவனுங்க எல்லாம் இஷ்டத்துக்கு கதை அளப்பானுங்க சீதா அதலாம் நம்பாத. அவனுங்களுக்கு தேவை நம்ம உடம்பு மட்டும் தான்..." என்றதும் மறுப்பாகத் தலையசைத்தாள் சீதா.

"இல்லக்கா ரகு அந்த மாதிரி இல்லை. தப்பானவரா இருந்திருந்தா நைட்டே என்னை என்ன வேணாலும் பண்ணிருக்கலாமே. ஆனா, அவரு அப்படி நடந்துக்கலக்கா.

ரொம்ப நல்லவரு. அவரு பக்கத்துல இருந்த வரைக்கும் நிம்மதியா-வும் பாதுகாப்பாவும் ஃபீல் பண்ணேன்..." உறுதியாகவும் அழுத்தமாக-வும் சொன்னவளை சுலோக்ஷனா கவலையோடு பார்த்தாள்.

ஏனெனில் இது போல பல வசனங்கள் பேசி ஏமாற்றிய கயவர்களை அவள் பார்த்திருக்கிறாளே.

இப்பொழுது இந்த சீதா அது போன்று ஒரு கயவனை நம்பி ஏமாந்து விடக் கூடாதே என்று தவித்தாள்.

அதனால் நிதர்சனத்தை சீதாவிற்கு புரிய வைக்க முயல சீதாவோ ரகுவின் மீது அளவு கடந்த நம்பிக்கையை வைத்திருந்தாள்.

தனிமையில் இருந்தவர்கள் ரகுவின் எண்ணிற்கு அழைக்கவும் முத-லில் சீதாவிடம் பேசியவன் சுலோக்ஷனாவிடமும் பேசினான்.

அவன் நம்பிக்கைத் தரும் விதமாக பேசினாலும் ஏனோ சுலோக்-ஷனாவால் அவனை முழுமையாக நம்ப முடியவில்லை.

அதை அவனுமே உணர்ந்திருந்தான்.

எனினும் வார்த்தையால் நம்பிக்கை அளிப்பதை விட செயலின் மூலம் காட்டிவிடலாம் என அமைதிகாத்தான்.

சுலோக்ஷனா அவனிடம், "இங்கிருந்து ஹாஸ்பிடல் போக மட்டும் தான் எங்களுக்கு அனுமதி. அதனால நாளைக்கு நான் சீதாவ எப்-படியாவது ஹாஸ்பிடல் கூட்டிட்டு வந்துடுறேன். அங்கே இருந்து நீங்க அவளை கூட்டிட்டு போயிடுங்க..." என்றதும் சீதா மறுத்தாள்.

"நீங்களும் எங்க கூடவே வந்துடுங்கக்கா..."

"இல்லை சீதா எனக்கு இதுவே பழகி போச்சு. இனி நான் வெளிய வந்தும் எதையும் சாதிக்க போறதில்லை..."

"ப்ளீஸ்க்கா வந்துடுங்க..."

"சொன்னா கேளு சீதா. இப்ப நீ போ, அப்புறம் பார்த்துக்கலாம்..." உறுதியாய் சொல்ல,

சீதாவோ, "நான் போயிட்டா நீங்க தான் உதவி பண்ணிங்கனு உங்-களை தண்டிச்சிட போறாங்கக்கா..." என கவலைக்கொள்ள,

"மிஞ்சி போனா அடிப்பானுங்க. அது என்ன புதுசா?" என்றவள்,

"நீயாவது இந்த நரகத்த விட்டு போய் நிம்மதியா வாழு சீதா..." என்ற சுலோக்ஷனா ரகுவிடம் ஹாஸ்பிடல் பெயரைச் சொல்லவும் அவனும் சரி என்றான்.

வெளியே யாரோ வருவது போல இருக்கவும் போனை அணைத்து மறைத்து வைத்தவர்கள் சகஜமாக பேசிக் கொண்டிருக்க உள்ளே வந்த ஒருவன்,

சுலோக்ஷனாவிடம், "உன் கஸ்டமர் ஒருத்தன் வந்துருக்கான்..." என்றதும்,

அவளை வேதனையோடு பார்த்தப்படி சீதா எழுந்து வெளியே சென்-றுவிட வேறொரு நடுத்தர வயதினன் ஒருவன் அறைக்குள் நுழைந்தான்.

சில மணி நேரம் கழித்து வெளியே வந்த சுலோக்ஷனா நலிந்து போய் காணப்படவும் அவளை கண்ட சீதா கதறி அழுதாள்.

"எதுக்கு அழற சீதா? எனக்கே பழகிப் போச்சு..." சீதாவை தேற்ற முயல,

"வேணாம்க்கா நீங்களும் வந்துடுங்க. எதுக்காக இப்படி கஷ்டப்பட-ணும்?" அவளை அணைத்துக் கொண்டு அழ,

"ஃபர்ஸ்ட் டைம் நானும் இப்படி தான் சீதா அழுதேன். வந்த-வங்கிட்ட என்னை விட்டுடு விட்டுடுனு கால்ல விழுந்து கெஞ்சுனேன். அவன் என்னை உயிருள்ள மனுஷியாவே பார்க்கல, சதைபிண்டமா தான் பார்த்தான். அவன் தேவைய தீர்த்துக்கிட்டு தான் விட்டான்.

இது நான் காதலிச்சதுக்கான தண்டனையா? இல்லை பெண்ணா பிறந்ததுக்கான தண்டனையானு தெரியாம அழுது கரைஞ்சேன். என்-னால அழ மட்டும் தான முடியும்..." என்று விரக்தியோடு பார்த்தவள்,

"சில நேரம் தோணும், இவனுங்க நம்மகிட்ட இப்படி மிருகத்தனமா நடந்துக்கிறாங்களே இவனுங்க பொண்டாட்டிலாம் என்ன கஷ்டப்படு-வாங்கனு.

ஆனா, அவங்களுக்கு மறுக்கவும் உரிமை இருக்கு, பிடிக்கலனா விவாகரத்துனு ஒரு வாய்ப்பும் இருக்கு. என்னை மாதிரி பெண்களுக்கு அதுவும் இல்லை..." என்றாள் வேதனையோடு.

"அவனுங்க காமப்பசியை நமக்கிட்ட தீர்த்துக்கிறதுனால தான் வெளியே பாதி பெண்கள் நிம்மதியா நடக்க முடியுதுனு யோசிக்கும் போது கொஞ்சம் ஆறுதலாவும் இருக்கு.

என்னை பத்தி கவலைப்படாத சீதா. எனக்கு வாழ்க்கையே வெறுத்து போச்சு. சாவித்ரி மாதிரி எனக்கும் நோய் வர வரைக்கும் இங்க இருக்-கேன். அப்புறம் மரணத்த தேடி போறேன்..." என்றவளை கட்டிக் கொண்டவள் பிடிவாதமாகத் தன்னோடு அழைக்க அவளும் அதே பிடி-வாதத்தோடு வர மறுத்தாள்.

காதல் கொடுத்த ஏமாற்றம் சுலோக்ஷனாவின் மனதில் வாழ்க்கையின் மீது அழிக்க முடியாத வெறுப்பை ஆழமாக பதித்திருந்தது. அதனால் தான் விரும்பாவிட்டாலும் இந்த வாழ்க்கையே போதும் என தீர்மானித்-திருந்தாள்.

அது அவள் மீது முழு நம்பிக்கை வைத்திருந்த பெற்றோரை ஏமாற்றி காதலன் என்று நம்பிய கயவனோடு ஓடி வந்ததற்கான தண்டனையாக எடுத்துக் கொண்டாள் என்பதை அவள் மட்டுமே அறிவாள்.

ஆனால், இது அதிகபட்ச தண்டனை என்பதை அவள் அறியாளே.

சீதாவிடம், "இப்பவும் சொல்றேன், நீ அந்த ரகுவ முழுசா நம்ப வேணாம். முடிஞ்ச வரைக்கும் இங்கே இருந்து போனதும் அவன் கண்ணுல கூட படாம வேற எங்கேயாவது போயிடு..." என்றதும்,

சீதா வேதனையோடு பார்க்க, "அப்படி பார்க்காத சீதா, ரகு நல்லவனா இருந்துட்டா எந்த பிரச்சினையும் இல்லை. ஆனா, எந்த புத்துல எந்த பாம்பு இருக்கும்னு தெரியாதே. அதுக்கு தான் சொல்றேன், நீ எச்சரிக்கையா இரு..." என வலியுறுத்தவும் சீதா தலையை மட்டும் அசைத்தாள்.

ஆனால், அவள் மனதில் ரகுவின் மீது அசைக்க முடியாத நம்பிக்கை இருந்தது.

இன்றிரவு மட்டும் கடந்துவிட்டால் போதுமென இருந்த சீதாவிற்கு அன்றிரவு மிகவும் கொடுமையாக அமைந்தது தான் பரிதாபம்.

அன்று வந்த ஒரு காமுகன் அவளை தேர்ந்தெடுக்க அவனிடமும் கத்தியைக் காட்டி மிரட்டி பணிய வைக்கப் பார்த்த சீதாவைத் தன் பலம் கொண்டு அலட்சியமாக மடக்கி அவளை ஆட்கொள்ள முயன்றவனிடம் இருந்து தப்பிக்க போராடினாள் அவள்.

கயவர்களிடம் இருந்து கற்பைக் காப்பாற்ற உயிரை இழக்கும் நிலை வந்தாலும் பரவாயில்லை என்று இதுநாள் வரை எண்ணியிருந்த சீதா, ரகுவின் வருகைக்குப் பின்னால் அவனுக்காகத் தன் உயிரையும் கற்பையும் காப்பாற்ற வேண்டும் என்ற எண்ணம் மேலோங்கியதால் முடிந்தவரை தன்னை வேட்டையாடத் துடிக்கும் மிருகத்திடம் இருந்து தன்னைக் காத்துக்கொள்ள போராடினாள்.

ஆனால், அந்த மிருகமோ புள்ளிமானாய் இருந்தவளை வெறி கொண்டு வேட்டையாடும் முனைப்பில் இருக்க,

சீதாவோ தன் பலம் இழந்து சோர்ந்து போகும் தருவாயில் அவள் மனதில் ரகுவின் உருவம் வந்து போக அந்த நேரம் எங்கிருந்து தான் அவளுக்கு அவ்வளவு துணிச்சல் வந்ததோ தெரியவில்லை தன் மீது பாய்ந்திருந்தவனின் உயிர்நாடியில் ஓங்கி ஒரு உதைவிட அவனோ வலியில் துடித்தப்படி கீழே விழுந்தான்.

அவனின் சத்தம் கேட்டு கீழே இருந்த தடியர்கள் ஓடி வர அடுத்த அறையில் இருந்த சுலோக்ஷனாவும் ஓடி வந்தாள்.

சீதா அங்கிருந்து வெளியே ஓடும் நோக்கில் கதவைத் திறந்துக் கொண்டு வந்தவள் சுலோக்ஷனாவைக் கண்டதும் தாவி அணைத்துக்-கொள்ள, அங்கு வந்த கயவர்கள் உள்ளே இருந்தவனின் நிலையைக் கண்டு ஆத்திரத்தில் சீதாவை அடித்து வெளுத்தனர்.

அதை தடுக்க வந்த சுலோக்ஷனாவிற்கும் அடி விழ சீதாவின் நிலையோ மிகவும் மோசமாகியது.

ஏற்கனவே சோர்ந்திருந்தவள் இப்பொழுது வாங்கிய அடியில் முற்றி-லும் நிலைகுலைந்து போக அவர்கள் அடித்த அடியில் அவள் கரமும் உடைந்து போனது.

வலியில் துடித்தவளை பொருட்டாக நினையாது மீண்டும் மீண்டும் அவர்கள் அடிக்க ஒரு கட்டத்தில் மயங்கி விழுந்தாள்.

இறுதியில் ஓய்ந்து போய் அவர்கள் விட்டுச் செல்ல சுலோக்ஷனாவும் அங்கு வந்த சுபத்ராவும் சீதாவைத் தூக்கிச் சென்று படுக்கையில் கிடத்-தினர்.

சுலோக்ஷனா உடனே ரகுவிற்கு போன் செய்து சீதாவின் நிலையைச் சொல்ல அவனோ பதறி உடனே அங்கு வருவதாக சொல்லவும் சுலோக்ஷனா மறுத்தாள்.

"நீ நல்லவனா கெட்டவனானு எனக்கு தெரியாது. இருந்தாலும் இந்த நேரம் உன்னை நம்புறத தவிர எனக்கும் வேற வழி இல்லை. அவ கையை காரணம் காட்டியே அவளை கூட்டிக்கிட்டு ஹாஸ்பிடல் வர்றேன். அங்கே இருந்து அவளை எப்படியாவது கூட்டிட்டு போயிடு.

நீ அவளை கல்யாணம் பண்ணிக்கலனாலும் பரவாயில்லை. அவளை இங்கிருந்து கூட்டிட்டு போனா மட்டும் போதும். இல்லை, உனக்கு உடம்பு சுகம் தான் தேவைனா நீ என்கிட்ட வா, அவளை விட்டுடு..." என்றதும்,

'அக்கா' என்று அலறினான் அவன்.

அந்த குரலில் என்ன இருந்ததோ சுலோக்ஷனா கதறி அழவும், ரகு அவளிடம், "சீதா தான் என்னோட வாழ்க்கைனு நான் அப்பவே முடிவு பண்ணிட்டேன். அவளை பத்தின கவலை உங்களுக்கு வேணாம்.

உங்களுக்கு எப்படி நம்பிக்கை கொடுக்கிறதுனு எனக்கும் தெரியல. நாளைக்கே அவளை உங்க முன்னாடியே கல்யாணம் பண்ணிக்கி-றேன்..." என்று உறுதியளிக்க,

அவன் வார்த்தையால் உண்டான நம்பிக்கையில் ஒரு கோவில் பெயரைச் சொன்னவள், "அங்கேயே கூட்டிட்டு வரட்டுமா?" என்றதும் அவனும் சரி என்றான்.

சில விஷயங்களை பேசிவிட்டு போனை வைத்தவள் தன்னையே பார்த்துக் கொண்டிருந்த சுபத்ராவிடம், "அவளாவது இங்கிருந்து போய் நல்லா வாழட்டும்டி..." என்றதும் சுபத்ரா அவளை கட்டிக் கொண்டாள்.

"சரிக்கா எதுனாலும் எச்சரிக்கையா செய்ங்க. இந்த பாவிங்களுக்கு தெரிஞ்சா அந்த பையனையும் சேர்த்து கொன்னுடுவானுங்க..." என்று பதற,

"பார்த்துக்கலாம் சுபா. நான் இவளை ஹாஸ்பிடல் கூட்டிட்டு போறேன். அங்கே இருந்து கோவிலுக்கு போயிடுறேன். சந்திரனையும் வர சொல்றேன். அவரும் கொஞ்சம் உதவி பண்ணுவாரு..." என்றவள் சந்திரனையும் அழைத்து விவரம் சொல்லி சீதாவிற்கான ஆடையை வாங்கி வரச் சொல்லவும் அவனும் சம்மதித்தான்.

எனினும் எதுவும் திட்டமிட்டது போல நடப்பதில்லையே.

சுலோக்ஷனா சென்று அங்கிருந்த புரோக்கரிடம் சீதாவின் நிலை-யைச் சொல்லி அவளை மருத்துவமனைக்கு அழைத்துச் செல்ல வேண்-டுமென்றதும்,

அவனோ ஆத்திரத்தோடு தகாத வார்த்தையில் திட்டியப்படி, "அவ இருந்தா என்ன செத்தா என்ன?" என்று கத்தவும்,

அருகிலிருந்தவனோ, "என்னய்யா இப்படி சொல்லிட்ட? இங்க இருக்கிறதுலே அவ தான் அதிக அழகோட செதுக்கி வச்ச சிலையாட்-டம் இருக்கா. இப்ப வர கிராக்கிலாம் அவளை தான் கேட்கிறாங்க. அவ உயிரோட இருக்கிறது தான் நமக்கு லாபம்..." என்றதும்,

"அவ தான் வரவனுங்களை துரத்தி அடிக்கிறாளே..." என கடுப்-பாகச் சொல்ல,

"அதலாம் அடிச்சே நம்ம வழிக்கு கொண்டு வந்துடலாம்..." என்-றவன்,

சுலோக்ஷனாவிடம், "அவளை ஹாஸ்பிடல் கூட்டிட்டு போ..." என்றதும்,

சுலோக்ஷனாவும் அங்கிருந்து நகர என்ன நினைத்தானோ அவளை தடுத்தவன் வேறொரு காவலனை அழைத்து சீதாவை மருத்துவமனைக்கு

அழைத்துச் செல்ல சொல்லவும் அவள் அதிர்ந்தாள்.

"நானே கூட்டிட்டு போறனே. அவ பக்கத்துல லேடீஸ் இருந்தா நல்லா இருக்கும்..." தயக்கத்தோடு அவள் சொல்ல,

அவளை முறைத்தவன் 'போ' என்று அதட்ட சுலோக்ஷனா வேறு வழியின்றி அங்கிருந்து சென்றாள்.

மீண்டும் வாயைக் கொடுத்தால் உள்ளதும் கெட்டுவிடும் என்பதை அவள் அறிவாளே.

சீதாவை மருத்துவமனைக்கு அழைத்துச் சென்ற சில மணி நேரத்தில் தனிமை கிடைக்கவும் ரகுவிற்கு போன் செய்ய அதுவோ அணைத்து வைக்கப்பட்டிருப்பதாகச் சொல்லவும் அதிர்ந்த சுலோக்ஷனா செய்வதறி-யாது குழம்பியவள் சந்திரனுக்கு போன் செய்து விவரத்தைக் கூறினாள்.

அதன்படி மருத்துவமனைக்குச் சென்ற சந்திரன் சீதாவிற்கு சிகிச்சை முடியும் வரை காத்திருந்தவன் அவளோடு வந்த காவலன் அசந்த நேரம் பார்த்து கவனமாக சீதாவை அழைத்துக் கொண்டு மருத்துவமனையிலி-ருந்து வெளியேறிவிட்டான்.

சந்திரனை ஏற்கனவே சுலோக்ஷனாவின் மூலம் தெரிந்திருந்ததால் அவனோடு சென்றவள் அவன் போனில் இருந்து ரகுவிற்கு அழைத்துப் பார்க்க அது அணைத்து வைக்கப் பட்டிருக்கவும் மீண்டும் மீண்டும் முயன்றாள்.

எதற்கும் இருக்கட்டும் என்று தான் சீதாவிற்காக வாங்கிய உடையை கையோடு கொண்டு வந்திருந்தான் சந்திரன்.

அதை கண்டவள் அவனிடம் விவரம் கேட்க அவனும் இரவு நடந்-ததைச் சொல்லவும் அதை வாங்கிக் கொண்ட சீதா சுலோக்ஷனா சொன்ன கோவிலுக்குச் சென்று அருகிலிருந்த குளத்திலே குளித்து-விட்டு மணமகள் உடையை அணிந்துக் கொண்டு ரகுவிற்காக காத்தி-ருந்தாள்.

சந்திரன் எவ்வளவோ சொல்லிப் பார்த்தான் அவள் கேட்பதாக இல்லை.

சுலோக்ஷனாவும் அவளிடம் பேசி பார்த்தாள் அவள் மசியவே-யில்லை.

ரகுவின் மீது அளவுகடந்த நம்பிக்கையைக் கொண்டிருந்தவள் ரகு-வின் வருகைக்காக காத்திருந்தாள்.

நேரம் கடந்ததே ஒழிய ரகுநந்தன் வரவில்லை.

பொறுமையிழந்த சந்திரன் அவளிடம் கத்தினான்.

"எதுக்காக அவனை நம்பிட்டு இருக்க? உன் நம்பிக்கைக்கு தகுதி-யானவனா அவன்? தேவையில்லாம அவனுக்காக காத்திருக்காம என்-கூட வா..." என்றவனை வெறித்தவள்,

"நம்பிக்கையை பத்தி நீ பேசாத..." என்று கத்தினாள்.

அவன் திகைத்துப் பார்க்க அவளோ ஆத்திரத்தோடு, "உன் பொண்-டாட்டி உன் மேல வச்சிருக்க நம்பிக்கைக்கு நீ தகுதியானவனானு முதல்ல யோசி..." என்றதும் அவன் தலைகுனிந்தான்.

அவனும் மனைவி இருக்கும் போது வேறொரு பெண்ணை நாடி வந்தவன் தானே.

"சொல்லு ஏன் தலைகுனியுற? உன் பொண்டாட்டி உன்னை ரொம்ப டார்ச்சர் பண்றா, நிம்மதி இல்லைனு தாசியை தேடி வந்தியாமே. இதே மாதிரி உன் பொண்டாட்டியும் வேற ஒருத்தன தேடி போயிருந்தா நீ பார்த்துட்டு சும்மா இருந்திருப்பியா?" என்றாள் ஆத்திரம் குறையாது.

"சீதா..." என அதிர,

"சுலோக்ஷனா அக்கா உன்னை பத்தி எல்லாம் சொல்லியிருந்தாங்க. உனக்கு உன் மனைவி பிரச்சினைனா அவங்கள மாத்த முயற்சி பண்-ணியிருக்கணும், இல்லனா அவங்களுக்கு பிடிச்ச மாதிரி நீ மாறியிருக்-கணும்.

ரெண்டும் முடியலனா சட்டமே தான் விவாகரத்துக்கும் மறுமணத்-துக்கும் வாய்ப்பு கொடுத்திருக்கே. அவங்களை விவாகரத்து பண்ணிட்டு வேறொரு பெண்ணை முறைப்படி கல்யாணம் பண்ணியிருக்கணும்.

இப்படி எதுவுமே இல்லாம பொண்டாட்டி கூடவே இருந்து அவங்க-ளுக்கு துரோகம் பண்ணிட்டு வேறொரு பெண்ணை நாடி போற, உனக்கு வெட்கமா இல்லை?" என்று வெறுப்பை உமிழ சந்திரன் உறைந்து நின்-றான்.

"இதையே உன் மனைவி செஞ்சிருந்தா அவங்களுக்கு கேவலமான பட்டத்த கொடுத்து ஊர் முன்னாடி அவமானப்படுத்திருப்ப. உங்களுக்கு ஒரு நியாயம் பொண்ணுங்களுக்கு ஒரு நியாயமா?" என்று ஆவேசமாக கேட்க சந்திரன் வார்த்தைகளற்று நின்றான்.

மனைவியின் தொல்லை தாங்காது வந்தவனுக்கு சுலோக்ஷனா அறி-முகமானாள். அவளிடம் நிம்மதியைக் கண்டவன் மீண்டும் மீண்டும் அவளை நாடி வர, அவள் மூலம் விஷயமறிந்த சீதாவோ சந்திரனை வெறுப்போடு தான் பார்ப்பாள்.

பலரும் இதே போல அங்கு வருவதால் தனக்குள்ளே ஆத்திரத்தை புதைத்து வைத்திருந்தவள் இன்று வாய்ப்புக் கிடைக்கவும் தன் ஆதங்-கத்தையும் ஆத்திரத்தையும் அவனிடம் கொட்டிவிட்டாள்.

அவனோ தன் தவறு புரிந்து தலைகுனிந்து நிற்கவும் சீதா அவனி-டம், "உதவி செய்ய வந்தவன்கிட்டயே இப்படி பேசுறாளேனு பார்க்காத, முதல்ல உன் மனைவியை புரிஞ்சிக்கோ.

அவங்க பிரச்சினை என்னன்னு பேசி தெரிஞ்சிக்கோ. அவங்க பக்-கம் தப்பிருந்தா அவங்கள மாத்து. அவங்க பக்கம் நியாயம் இருந்தா அவங்களுக்காக நீ மாறு, தப்பில்லை.

அவங்க உன்னை டார்ச்சர் பண்றது உன் மேல இருக்கிற அளவு கடந்த காதலால கூட இருக்கலாம்.

என்ன இருந்தாலும் உன் மனைவிக்கு துரோகம் பண்றது பாவம். இனியும் இப்படி செய்யாத..." என்றவளை குற்றவுணர்வோடு பார்த்தான் அவன்.

சீதாவோ மனதில் இருந்ததை கொட்டிவிட்ட நிம்மதியில் தன் மன்-னவன் வரவை எதிர்பார்த்து காத்திருக்க, சந்திரன் அவளையே பார்த்-திருந்தான்.

தான் செய்த பாவம் புரிய உடனே தன் மனைவியைப் பார்க்க வேண்டுமென மனம் துடித்தாலும் முதலில் சீதாவை இங்கிருந்து பாது-காப்பாக அனுப்ப வேண்டுமென்று காத்திருந்தான்.

ஆனால், ரகு வராததால் என்ன செய்வதென யோசித்தவன் இனியும் சீதாவை இங்கே வைத்திருப்பது சரியில்லை என்று தோன்றவும் அவளை தன்னோடு அழைக்க அவளோ பிடிவாதமாக நின்றிருந்தாள்.

சந்திரன் பொறுமையிழக்கும் சமயம் கோவில் பூசாரியும் கோவிலை பூட்ட வேண்டும் என்பதால் அவர்களை அங்கிருந்து செல்ல சொல்ல,

சீதா தவிப்போடு நிற்கும் நேரம் 'சீதா' என்ற குரலில் திரும்பியவள் கழுத்தில் தாலி ஏறவும் அதை கட்டியவனைக் கண்டவள் அவன் நிலை-யைக் கண்டு அதிர்ந்து மயங்கி விழுந்தாள்.

அவளை தாங்கிய ரகுநந்தனோ 'சீதா சீதா' என அலற,

சந்திரன் தண்ணீரை எடுத்து வந்து அவனிடம் நீட்ட அதை வாங்கிய ரகு சீதாவின் முகத்தில் தெளிக்கவும் மயக்கம் தெளிந்தவள், "நந்தா…" என அலறிக் கொண்டே அவனை அணைத்துக் கொண்டாள்.

"சீதா இங்கே பாரும்மா, எனக்கு ஒன்னுமில்லை…" என அவளை தேற்ற முயல,

அவளோ அவனை காண முடியாது தவிப்போடு மேலும் மேலும் அவனை ஒன்றிக்கொள்ள அவள் அழுது முடிக்கும் வரை காத்திருந்த வன் பின் அவள் முகத்தை நிமிர்த்தி,

"எனக்கு ஒன்னுமில்லம்மா, நான் நல்லா தான் இருக்கேன்…" என் றதும்,

அதை நம்பாதவளாய் அவன் சட்டை முழுவதும் இரத்தக் கறையாய் இருந்ததைக் காட்டி, 'இது எதனால்' என கேட்கவும் அவன் முகம் வாடியது.

நேற்றிரவு சுலோக்ஷனாவின் மூலம் சீதாவின் நிலையறிந்த ரகு பதறி விஷயத்தைத் தன் அன்னையிடம் சொல்ல அவர் உடனே மருத்துவ மனைக்குச் செல்லலாம் என்றதும்,

அவரை அழைத்துக் கொண்டு இரு சக்கர வாகனத்தில் வந்தவன் பதற்றத்தில் குறுக்கே வந்த காரை கவனிக்காது மோதியதில் இருவரும் தூக்கியெறியப்பட அதில் ரகுவிற்கு லேசான அடி தான் என்றாலும் அவனின் அன்னைக்கு பலமான அடி ஏற்பட்டதால் அவசர சிகிச்சைப் பிரிவில் அனுமதிக்கப்பட்டிருந்தார்.

அவன் அன்னையின் நிலையறியாது பதற்றத்தோடு இருந்தவனுக்கு போன் விபத்து நடந்த இடத்திலே விழுந்து போனது தெரியாமல் போனது.

ஒரு புறம் சீதாவை எண்ணி கலங்கியவன் மறுபுறம் தன் தாயின் நிலையறியாது துடித்தான்.

இந்த நிலையில் அவரையும் தனியே விட்டுச் செல்ல முடியாது தவித்தவன் சீதாவை எண்ணி மேலும் கலங்கினான்.

விடிந்ததும் அவள் தனக்காக காத்திருப்பாளே என பரிதவித்தவன் சுலோக்ஷனாவின் நம்பரும் இல்லாததால் யாரையும் தொடர்புக்கொள்ள முடியாது வேதனையுற்றான்.

காலையில் கண் விழித்த அவனின் அன்னையோ சீதாவை அழைத்து வரும்படி சொல்ல அவரை தனியே விட்டு செல்ல முடியாமல் அவன் தவிக்க,

"எனக்கு ஒன்னுமில்லப்பா. அந்த பொண்ணு உன்னை தேடி தவிச்சிட்டு இருக்க போறா, சீக்கிரம் போ…" என்றதும் நர்ஸிடம் சொல்லிவிட்டு அவசர அவசரமாக வந்தான்.

நடந்ததைக் கூறவும் சீதா குற்றவுணர்வில் தவித்தாள்.

தன்னால் அவனும் அவன் அன்னையும் கஷ்டப்படுகிறார்களே. தன் துரதிர்ஷ்டம் அவர்களையும் தாக்க வேண்டுமோ என கலங்கியவளின் மனதை புரிந்து அவளை அணைத்தவன்,

"நீ இப்படிலாம் யோசிப்பனு தான் இதை சொல்றதுக்கு முன்னாடியே தாலி கட்டுனேன்…" என செல்லமாக முறைக்க அவனை தவிப்போடு பார்த்தாள்.

ஒருவேளை இந்த விபத்தில் இருவருக்கும் ஏதேனும் நேர்ந்திருந்தால் என எண்ணும் போதே ரகுவின் நிலையை அவளால் யோசிக்கக் கூட முடியாமல் அவனை அணைத்துக் கொண்டவளுக்கு அவன் மீதான காதலும் புரிந்தது.

காதலோடு அவனை ஏறிட அவள் கண்களில் தெரிந்த காதலில் கட்டுண்டவன் அவள் விழிகளில் முத்தமிட அதில் நாணம் கொண்டவள் அவன் மார்பில் ஒன்றிக் கொண்டாள்.

ஒரு கையால் தன்னை அணைத்திருந்தவளின் நிலையைக் கண்டு கலங்கியவன் கட்டு போட்டிருந்த அவள் கரத்தை மென்மையாக வருட, "கொஞ்ச நாள்ல சரியாகிடும்னு டாக்டர் சொன்னாங்க…" என்றதும்,

அதுவரை விலகி இருந்த சந்திரன் அவர்களை நெருங்கி, "சீக்கிரம் இங்கிருந்து கிளம்புங்க…" என எச்சரிக்கை விடுக்க,

ரகு அவனுக்கு நன்றியுரைக்க, சீதாவும் சந்திரனுக்கு நன்றியுரைத்துவிட்டு சுலோக்ஷனாவிற்குத் தொடர்புக் கிடைக்காததால் பிறகு சொல்லிக் கொள்ளலாம் என ரகுநந்தனோடு வெளியேறினாள்.

அவர்களையே பார்த்திருந்த சந்திரனுக்கோ குற்றவுணர்வுத் தலைத்தூக்க தன் மனைவி என்ன தண்டனை கொடுத்தாலும் ஏற்றுக்கொள்ள வேண்டுமென தன் மனைவியைத் தேடிச் சென்றான்.

மருத்துவமனை வந்த ரகு நந்தன் தன் அன்னையிடம் சீதாவை அறிமுகப்படுத்த சீதாவோ அவரைக் கண்டு வேதனையில் கலங்கினாள்.

அவளை அருகே அழைத்தவர், "இன்னும் எதுக்காக அழுதுட்டு இருக்கம்மா? முடிஞ்சு போனத மறந்துட்டு இதுக்கு அப்புறம் வாழ போற வாழ்க்கையை மட்டும் யோசி. இனி எப்பவும் உனக்கு சந்தோஷம் மட்டும் கிடைக்கட்டும்..." என அவளை ஆசீர்வதிக்க,

அவர் அன்பில் கரைந்தவள் கணவனோடு சேர்ந்து அவர் பாதத்தைத் தொட்டு வணங்கவும் இருவரையும் ஆசீர்வதித்தார்.

அவரை ஓய்வெடுக்கச் சொல்லிவிட்டு மனைவியை அழைத்துக் கொண்டு வெளியே வந்தவன் மருத்துவமனையில் இருந்த கேன்டினிற்குச் சென்று இருவருக்கும் காபி சொல்லிவிட்டு இருக்கையில் அமர்ந்தவன் தன் மனைவியை தன் கைவளைவிலே வைத்துக் கொண்டான்.

அவனையே பார்த்திருந்தவளிடம் என்னவென்று கேட்க,

அவள் ஒன்றுமில்லை என தலையசைக்கவும்,

"எப்ப தான் உன் காதலை சொல்ல போற?" என குறும்பாய் அவன் கேட்க,

அதில் திகைத்தாலும், "நீ எப்ப சொல்றியோ அப்ப..." என அவனை திகைக்க வைத்தாள் அவள்.

தன்னை எப்படி கண்டு கொண்டாள் என திகைப்போடு அவன் பார்க்க அதை புரிந்தவளோ, "என் காதல் உனக்கு புரியும் போது உன் காதல் எனக்கு புரியாதா நந்தன்?" என கண்சிமிட்ட,

அதில் புன்னகைத்தவன் காதலோடு அவளை அணைத்துக்கொள்ள அந்த நேரம் பணியாள் ஒருவர் காபி கொண்டு வரவும் அதை வாங்கியவன் ஒன்றை மனைவியிடம் கொடுத்துவிட்டு தானும் ஒன்றை எடுத்துக்கொண்டான்.

இருவரும் காதலை உணர்ந்திருந்தாலும் அது ஏன் எப்படி எப்பொழுது என ஆராயவில்லை. மற்றவரிடம் கேட்கவும் விரும்பவில்லை. காதலை உணர்ந்ததே அவர்களை மகிழ்ச்சிக் கடலில் மூழ்க வைத்திருந்தது.

அங்கிருந்த தொலைபேசியில் சுலோக்ஷனாவிற்கு தொடர்புக்கொள்ள இந்த முறை தொடர்பு கிடைக்கவும் சீதாவின் குரலைக் கேட்ட சுலோக்ஷனா பதற்றத்தோடு,

"சீதா என்ன ஆச்சு? சந்திரன் உன்னை பாதுகாப்பா கூட்டிட்டு போனாரா இல்லை ரகு வந்தாரா? நீ எங்க இருக்க?" என்றதும்,

அவளுக்குத் தன் மீதிருக்கும் அன்பைக் கண்டு நெகிழ்ந்தவள் ரகு-வைப் பார்த்தப்படியே,

மன்னவன்வந்தானடிதோழி

மன்னவன்வந்தானடிதோழி

மஞ்சத்திலேஇருந்துநெஞ்சத்திலேஅமர்ந்த

மன்னவன்வந்தானடிதோழி

பாடலாவே பாடி காட்ட அதை புரிந்த சுலோக்ஷனாவோ மகிழ்ச்சியி-லும் நிம்மதியிலும் கண்கள் கலங்க அவளிடமும் ரகுவிடமும் பேசினாள். ரகுவை நம்பாததற்கு மன்னிப்பும் கேட்டாள்.

சிறிது நேரம் பேசிவிட்டு போனை வைத்ததும் சீதா தன் நந்தனை காதலோடு பார்க்க அவனோ வேதனையோடு பார்த்தான்.

"உனக்கு துணையா இருக்க முடியலையே. உன்னை அங்கே கஷ்-டப்பட விட்டுட்டனே..." என குற்றவுணர்வில் தவித்தவன்,

"நேத்தே உன்னை எப்படியாது கூட்டிட்டு வந்துருக்கணும். அப்படி செஞ்சிருந்தா நீ இந்தளவுக்கு கஷ்டப்பட்டிருக்க தேவையில்லை..." என வருந்தியவன் அவளிடம் மன்னிப்பை யாசிக்க,

அவன் கரத்தைப் பற்றியவள், "நேத்தே உன்கூட வந்திருந்தா அவனுங்க நம்ம ரெண்டு பேரையுமே கொன்னுருப்பாங்க. ஏன்னா அந்த ரவுடிகளை சமாளிக்கிறது அவ்வளவு சுலபம் இல்லை..." என்றதும்,

"அதுக்காக நீ கஷ்டப்பட்டத தான் என்னால தாங்கிக்க முடியல..." மனம் வருந்தினான் அவன்.

"உன்னோட வாழறதுக்காக எந்த கஷ்டத்தையும் அனுபவிக்க நான் தயார்..." என்றவளை அவன் காதலோடு ஏறிட,

அவளோ, "உங்கூட பல வருஷம் சந்தோஷமா வாழணும் நந்தன். என் ஆசையை நிறைவேத்துவியா?" என்றவளை அணைத்துக் கொண்-டவன் சம்மதமாகத் தலையசைக்க,

"எனக்கு இன்னும் ஒரு ஆசை இருக்கு நந்தன்..." என்றவளிடம் என்னவென்று அவன் கேட்க,

"அங்கே இருக்கிற எல்லாரையும் எப்படியாவது வெளிய கொண்டு வரணும். நாட்டுல இது மாதிரி எவ்வளவோ நடக்குது தான்.

அதலாம் நம்மலால தடுக்க முடியாது தான். இருந்தாலும் இங்கே இருக்கிறவங்களையாவது நாம காப்பாத்தணும்..." என்றதும்,

அவள் கரத்தை இறுகப் பற்றியவன் நிச்சயம் தன்னால் முடிந்ததை செய்வேன் என உறுதியளிக்க அதில் மகிழ்ந்தவள் நிம்மதியோடு அவன் மார்பில் சாய்ந்தாள் அவனின் மன்னவன் சொன்னதை செய்வான் என்ற நம்பிக்கையில்.

சுபம்...